आपल्या स्नेहीजनांना पुस्तके भेट द्या

दोस्त

वपु काळे

मेहता पब्लिशिंग हाऊस

DOST by V. P. KALE

दोस्त : वपु काळे / कथासंग्रह

Email : author@mehtapublishinghouse.com

संस्थापक : सुनील अनिल मेहता

प्रकाशक : मेहता पब्लिशिंग हाऊस प्रा. लि.,
१९४१, सदाशिव पेठ, माडीवाले कॉलनी, पुणे – ४११०३०.

मुद्रक : श्री मुद्रा

छायाचित्र : राजेश भावसार

मुखपृष्ठ : चंद्रमोहन कुलकर्णी

प्रकाशनकाल : १० डिसेंबर, १९८९ / २४ मार्च, १९९३ / ३ डिसेंबर, १९९५ / २५ मार्च, १९९९ / २५ मार्च, २००१ / जुलै, २००५ / मार्च, २००६ / डिसेंबर, २००६ / मार्च, २००८ / सप्टेंबर, २००९ / ऑगस्ट, २०१० / ऑक्टोबर, २०११ / जुलै, २०१२ / एप्रिल, २०१३ / फेब्रुवारी, २०१४ / एप्रिल, २०१५ / डिसेंबर, २०१५ / जुलै, २०१६ / मार्च, २०१७ / नोव्हेंबर, २०१७ / ऑगस्ट, २०१८ / जून, २०१९ / जुलै, २०२० / फेब्रुवारी, २०२१ / फेब्रुवारी, २०२२ / सप्टेंबर, २०२२ / जून, २०२३ / फेब्रुवारी, २०२४ / डिसेंबर, २०२४ / सप्टेंबर, २०२५ /
पुनर्मुद्रण : जुलै, २०२६

किंमत : ₹ २२०

P Book ISBN 9788177665871
E Book ISBN 9788184987119
E Books available on : amazonkindle Apple Books Google Play Books

---

दोस्त

मित्र या शब्दापेक्षा मला, 'दोस्त' हा शब्द जास्त आपुलकीचा वाटतो. आणि त्याहीपेक्षा हिंदी भाषेतील 'यार' हा शब्द जास्त जिव्हाळ्याचा वाटतो. 'छोडदो यार' या वाक्यात काही वेगळीच खुमारी आहे.

इंग्रजी भाषेतील friend हा शब्द वेगळं काही सांगतो.

F - FAITH
R - RESPECT
I - INTENCITY
E - ETERNAL
N - NOBLE
D - DEDICATED

प्रत्येक अक्षर मैत्रीची वीण पक्की करत नेणारी.

मैत्रीचं नातं हे सर्वश्रेष्ठ नातं आणि त्यातल्या त्यात FRIEND या शब्दातलं अक्षर न् अक्षर प्रत्ययकारी करणारी मित्रमंडळी परदेशात भेटली, तर सोन्याला सुगंध आल्याप्रमाणे वाटतं.

बृहन्महाराष्ट्राचं मराठी अधिवेशन १९८९ मध्ये डेट्रॉईटला झालं. तिथे अध्यक्ष म्हणून जाण्याचा सुयोग माझ्या भाग्यात होता.

परदेशामध्ये आपल्यासारखी माणसं पांगळी असतात. पण 'अतिथि देवो भव:' असं म्हणायच्या ऐवजी 'यजमान देवो भव' असं म्हणायला लावणारी अनेक मित्रमंडळी भेटली.

उमेश घोडके, डॉ. बिलोलीकर, गोपाळ मराठे, गणपुले, दिलीप चित्रे, राजन गडकरी, सुधीर सौर, रत्नाकर आठले, डॉ. पाटील, सदाशिव काळे, शशिकांत किराणे, भारत दळवी, आपटे, अनिल देशपांडे, धनंजय गुर्जर, करंदीकर आणि

डॉ. अविनाश कानिटकर. या सर्व मित्रांत डावं-उजवं ठरवणं अशक्य आहे. या सर्व मंडळींनी मला तळहातावर झेललं. मी पृथ्वीतलावर नसून, नंदनवनात आहे, असं वाटावं इतका सुखात होतो.

यानंतर पुन्हा परदेशगमनाचा योग येईल असं वाटलं नव्हतं. पण अचानक बँकॉक, सिंगापूर, हाँगकाँग या गावी कार्यक्रमाची आमंत्रणं आली. १९८९ सालातली उमेद ९५ मध्ये उरली नाही. मन डळमळीत होतं. पण ज्यांनी कार्यक्रम आणले, त्यांनीच सगळी धावपळ केली. लेखक म्हणून एक जास्तीचं भाग्य लेखकाच्या वाट्याला येतं.

ते अशा नाना स्वरूपात.

'अर्पण पत्रिका' या संकेताला वाचक किती महत्त्व देतात ते मला माहीत नाही. पण लेखकाच्या आयुष्यातला, त्याला ऋणमुक्त करणारा तो अलौकिक क्षण असतो. याच भावनेनं 'दोस्त' या संग्रहाची पहिली आवृत्ती मी सगळ्या परदेशस्थ स्वकीयांना अर्पण केली.

तिसऱ्या आवृत्तीच्या निमित्तानं माझं क्षितिज आणखीन विस्तारलं. म्हणूनच 'जगण्यासाठी किती मित्र लागतात, त्यातले जीवाभावाचे किती?' हे सगळे अनुत्तरित प्रश्न.

एक गोष्ट निश्चित.

शेवटी फक्त चार माणसं हवीत.

या वेळेला मला पोहोचवण्यासाठी अशीच चार थोर माणसं भेटली. पण ती पुन्हा इथं खेचून आणणारी निघाली.

परदेशगमन म्हणजे एक 'यात्राच' असते आणि परदेशातलं कुठलंही शहर म्हणजे पृथ्वीतलावरचा स्वर्गच आहे, हे भारतात परतल्यावर कळतं. या दौऱ्यात कसलीही तोशीष न पडता इहलोकी येण्यासाठी श्री. अंबिके, गाडगीळ, ठाकूर आणि लिमये यांनी निरपेक्ष मदत केली.

या दौऱ्यात श्री. वैद्य, श्री. पेंढारकर, श्री. नातू, श्री. मणियार, श्री. परांडकर,
श्री. गोरे, चि. अंबिके श्री. पाटील, श्री. कानेटकर या सर्व आप्तांची भर पडली; ती या चौघांमुळे.

या सर्व दोस्तांना हा 'दोस्त' अर्पण.

वपु.

शोध... पाऊलवाटेचा

'कोणत्या पाऊलवाटेचा पुढे हमरस्ता होणार आहे, असं प्रवासाच्या प्रारंभी समजत नाही आणि हमरस्त्यावर आलो की पहिली पाऊलवाटही सापडत नाही.'
हे माझंच विधान.
'दोस्त' ह्या कथासंग्रहाच्या निमित्तानं पाऊलवाटेकडे पाहणं, हा एक प्रयत्न.
पाऊलवाटेवर असताना जे लेखन झालं, त्या कथा कधीही पुस्तकरूपात प्रकाशित करायच्या नाहीत, असं मी ठरवलं होत. आणि ते पथ्य मी चौतीस वर्ष संभाळलंय.
एकोणीसशे साठ साल संपता संपता माझा पहिला संग्रह प्रकाशित झाला. तीस वर्षाच्या कालावधीत आतापर्यंत पंचेचाळीस पुस्तकं प्रकाशित झाली. काही पुस्तकांच्या आवृत्त्यांची संख्या त्यात मिळवली तर ती संख्या ऐंशीच्या घरात जाते. पण एका वर्षात इतकी, ह्या चालीवर मला खरे-खोटे विक्रम दाखवण्याची गरज वाटत नाही. कदाचित् ह्याच कारणामुळे काही अभ्यासूंना, एम. फिल. आणि पीएच. डी.साठी माझ्या लेखनाचा विचार करावासा वाटला असेल. त्या काहींपैकी, श्रद्धा दाते ह्यांचा प्रबंध एम.फिल्.साठी पुणे आणि मुंबई विद्यापीठाने मान्य केल्याचं त्यांनी कळवलं. इंदोरला श्री. गजभिये ह्यांच्या मार्गदर्शनाखाली एक विद्यार्थिनी अभ्यास करीत आहे.
ह्या एकमेव कारणासाठी, लिहून प्रकाशित झालेल्या सगळ्या कथा पुस्तकरूपानं प्रकाशित कराव्यात असं वाटायला लागलं. त्या कथांच्या पुनःप्रकाशनानं मराठी साहित्याचं दालन समृद्ध वगैरे होणार आहे, असला मला सुतराम भ्रम नाही. ह्या दालनातून माझी कधी 'ये-जा' झाली होती, ह्याची निशाणीही उरणार नाही. ह्याचं भानं मला साठ सालापासून आहे. आणि म्हणूनच, कुणीतरी आपल्या साहित्याचा, 'एम. फिल्' अथव 'पीएच.डी.' साठी विचार करील, अशी दहशत मला कधीच वाटली नाही. पण इंदूर आणि पुणे इथून जेव्हा पाऊलवाटेवरच्या प्रयत्नाबाबत

विचारणा होऊ लागली, तेव्हा मी विचारात पडलो. ह्या मंडळींना हमरस्त्यावरचा प्रवास काहीसा माहीत होता. हमरस्ता रोखठोक असतो. लपालपीचा, छुपा मामला त्याच्याजवळ नाही. कौतुकानं, लडिवाळपणे वेळावणाऱ्या पाऊलवाटांचं सौंदर्य त्याच्यापाशी नाही. मुलाखतकारांना आणि नवोदित लेखकांनाही पाऊलवाट हवी असते.

पाऊलवाट जवळच्या सगेसोयऱ्यांप्रमाणे, नवोदित लेखकांना वाटते; आणि तरीही पाऊलवाटेवरच सोबतीला हात हवा असतो.

ह्या व अशा काही विचारांनी काही प्रारंभीच्या काळातल्या कथा प्रकाशित करायच्या ठरवलं.

तीस वर्षांच्या कालावधीनुसार त्यांचं जुनेपण प्रकर्षानं जाणवल्यास नवल नाही, आणि तरीही, सूत्ररूपानं त्या कथांतून जो विचार मांडायचा होता, तो विचार आजही कदाचित् नवा वाटेल. नवा म्हणण्यापेक्षा काही माणसं आजही त्या तऱ्हेने वागताना, वावरताना आढळतात.

'घरोघरी' हीच कथा प्रतीकात्मक म्हणता येईल.

बदलत्या काळानुसार समस्यांचं स्वरूप बदलणं स्वाभाविक आहे. पण कोरडी सहानुभूती मिळवणाऱ्यांची संख्या कमी झाली आहे का? - उलट, माणूस झपाट्यानं एकाकी पडतो आहे. कुटुंबातला संवाद हरवतोय. बाहेरच्या, दूरच्या माणसाकडून सहानुभूती मिळवण्याचं प्रमाण वाढत आहे. एकोणीसशे चौपन्न साली मला ही अशी निरर्थक सहानुभूती मिळवणारी माणसं भेटली आणि नव्वद सालापर्यंत हे प्रमाण वाढलेले दिसत आहे.

सायकिॲट्रिस्ट हा शब्दही त्या काळात मी ऐकला नव्हता. आज काही सायकिॲट्रिस्ट माझे जिवाभावाचे मित्र आहेत. गाऱ्हाणी सांगणाऱ्यांची रांग ह्या मित्रांच्या कन्सल्टिंग रूम्सबाहेर रोज वाढत आहे.

त्याचप्रमाणे आजच्या 'फायनान्शियल क्राइसेसच्या' जगात 'मेकॅनो' कथेतला प्रश्न कदाचित उरलेला नसेल. कारण, अमेरिकन देशाप्रमाणे, पाश्चात्त्य राष्ट्राप्रमाणे, कर्ज काढून किंवा हप्त्यांवर, राहत्या घरापासून चैनीच्या वस्तूंपर्यंत काहीही मिळवणं ही प्रतिष्ठेची बाब होऊ लागली आहे. प्रतिष्ठा शब्द चुकीचा वाटला तर आपण ती बदलत्या जीवनक्रमाची गरज असं म्हणू. तरीही, मुलांचा कोंडमारा होऊ नये, म्हणून कर्ज काढणारे सामंत, 'मुलं माझं कर्ज त्यांचं समजून फेडतील' असं ठामपणे म्हणू शकतात. स्वत:च्या मुलांची अशी हमी आज किती बाप देतील? - सगळी सुबत्ता लाभल्यावर, मुलं कमालीची ऐदी झालेली दिसतात किंवा 'बापानं इतकं केलंच पाह्यजे' असं म्हणतानाही दिसतात.

'स्त्रीहट्ट' कथेबाबत वेगळी परिस्थिती आहे.

चोपन्न-पंचावन्न साली घरोघरी रेडिओ नव्हते. मुंबईच्या चाळीत, आम्हा सात बिऱ्हाडकरूंपैकी फक्त दोघांच्या घरात रेडिओ होते. त्याच काळातलं हे कथानक. माझे मित्र रघुवीर दाते, ह्यांनी त्यांच्या पाहण्यात आलेली सत्यघटना मला ऐकवली. 'रेडिओतला व्हॉल्व्ह' काढून नेलेला त्यांनी स्वत: पाह्यला होता. माझ्या 'स्त्रीहट्ट' कथेत मी तो प्रसंग लगेच रंगवला. त्या वेळच्या वाचकांना ते जरी अतिरंजित वाटलं नाही, तरीही आज त्या प्रकारची सत्यघटना जर एखाद्या कथेत टाकायची वेळ आली तर 'सत्य' सुद्धा कसं कन्व्हिन्सिंग करायचं ह्याचा मी विचार करीन.

ह्याचं एकच कारण.

प्रत्यक्ष आयुष्यात एखादी व्यक्ती समजा कुणाशी तरी भांडली आणि ज्याचा काहीही दोष नाही असा माणूस, आता मी त्या भांडखोर माणसापासून कसा सुटू?- असं म्हणत रात्र जागवत बसला, आणि अचानक त्याला कळलं की तो आपल्या जिवावर उठलेला माणूसच हार्ट अटॅकनं गेला, तर?

इतर माणसं लगेच, 'देव अगदीच झोपलेला नाही' वगैरेपासून, 'पापाचा घडा भरला' इथपर्यंत बोलून समाधान करून घेतील. कथाकादंबरीत असं काही रंगवलं तर 'पळवाट शोधली' असा कॉमेण्ट होण्याची शक्यता.

त्या काळात मात्र एक गंमत घडली.

ती कथा घेऊन मी कै. य.गो. जोशींच्या घरी गेलो. त्यांचा मुलगा मनोहर त्याच वेळी भाऊंकडे 'रेडिओ घ्या' म्हणून मागे लागला होता. तेव्हा य.गो. म्हणाले

'रेडिओ आणला की काय काय होतं ते त्या वसंतच्या गोष्टीत वाच. मग रेडिओ नको म्हणशील.'

माझ्या त्या वेळच्या माझ्या पाऊलवाटेवरच्या काळात, 'वास्तवतेशी इमान' वगैरे शब्द माहीत नव्हते. तीस वर्षांनंतर आज वाटतंय्, की त्या काळी यगोंना आणि वाचकांना कथा आवडण्याचं कारण तेच असेल. त्याचप्रमाणे 'एक सिंगल चहा' प्रमाणे आजही आपली प्रतिष्ठा जपण्यासाठी ऐपतीचे नाटक करणारी माणसं नसतील, असं नाही.

वधुवर सूचक मंडळाच्या एक संचालिका मध्यंतरी भेटल्या. बी.कॉम्. झालेल्या मुलींना नवरा एम.कॉम. हवा. एम.कॉमवाली सीए साठी अडून बसते. जोडीदार पदवीधरच नव्हे तर उच्चशिक्षितच हवा. ह्या सगळ्या अटी सुखासाठी. उत्तम प्राप्तीशिवाय सुख नाही. शेवटी बेदम पैसा, हीच मागणी. ही मागणी एखाद्या रिक्षावाल्यानं किंवा टॅक्सीवाल्यानं पूर्ण केली तर केवळ डिग्री नाही, म्हणून ही स्थळ नाकारली जातात. स्वत:च्या मालकीचा फ्लॅट आहे. मालकीची टॅक्सी आहे. तरीही अशी तरुण मुलं लग्नाचं वय उलटून जाताना अगतिकपणे पाहताहेत. 'टॅक्सी ड्रायव्हरची बायको' ही कथा एकोणीसशे छपन्न सालातली. त्या काळातल्या माझ्या लेखनाच्या 'अविष्काराच्या मर्यादा' मला आज जाणवतात, पण टॅक्सीवाला नवरा न

पत्करणाऱ्या मुली जर आज भेटतात, तर तो विषय आजचाच ठरतो.

'बेटा, मी ऐकतो आहे!' - ह्या कथेतली मध्यवर्ती कल्पना परकीय आहे. एका फुटबॉल चॅम्पियनच्या मुलाची ती कथा. 'बाप चॅम्पियन'. कालांतराने तो आंधळा होतो. तो मुलाबरोबर त्याचा खेळ पाहायला (?) येतो आणि आपला खेळ बाप खऱ्या अर्थानं बघू शकत नाही, ह्या जाणिवेनं मुलगा नीट खेळू शकत नाही... वगैरे. ही कथा मला माझ्या मावशीनं ऐकवली. माझ्या शेजारी जे. वाय. पंडितांचा व्हायोलिनचा क्लास होता. ती कथा मी 'बाप बहिरा आहे', असं रूपांतर म्हणजे व्यंगांतर करून लिहिली.

'तेथे पाहिजे जातीचे–' ही पैसे खाणाऱ्या माणसाची कथा. पैसे किती खायचा? - हे आकडेवारीच्या मापानं त्या त्या काळच्या 'श्रीमंत' शब्दाच्या व्याख्येप्रमाणे, त्याला अनुसरून असणार. आज 'बोफोर्स' इज द लिमिट, किंवा बोफोर्स अनलिमिटेड असं म्हणता येईल. वृत्तीचं काय?

ह्या सगळ्या कथांचे विषय पुन: समोर ठेवून, नव्या कथा लिहिता आल्या असत्या. पण पाऊलवाट कायमची हरवली असती. आणि हेतूच फसला असता, मूळापासून.

ह्या हमरस्त्यावर, एकूणएक वाङ्मयीन कसोट्यांवर उत्तीर्ण होणार साहित्य, मुक्कामाचं ठिकाण भेटणार आहे की नाही, हे माहीत नाही.

मग जिथं प्रवासासाठी प्रस्थानं ठेवलं त्याचा आधार वाटतो. ते ठिकाण नक्की माहीत असतं.

ते आपल्या हातानं का पुसायचं?

अनुक्रमणिका

please contact us at **Mehta Publishing House Pvt. Ltd.**, Pune.
✆ +91 020-24476924 / 24460313 / Mob. No. 9545000513
Email : production@mehtapublishinghouse.com
Website : www.mehtapublishinghouse.com

स्पर्शज्ञान

'**मा**गच्या दाराला कडी लावली का?'

'हो!' केसातून शेवटचा कंगवा फिरवीत मी म्हणालो.

'चला आटपा आटपा. लिमयांची मंडळी रस्त्यावर येऊन उभी राहिलीत केव्हाची.' आईचा सूर या वाक्याला थोडा वरचा लागला. आता आटपणं भाग होतं. मी मग पुढच्या खोलीत आलो. पायात चपला सरकवल्या. आई पण लगबगीनं बाहेर आली. रात्री नऊच्या पुढे महालक्ष्मी पाहायला बाहेर पडायचं. दीड–दोन मैलांची तंगडतोड करायची हे पिताजींना मंजूर नव्हतं. इतकंच नव्हे तर ११।। ते १२ च्या दरम्यान परतणाऱ्या मंडळींनी केलेली झोपमोड पण त्यांना पसंत नव्हती. त्यावर उपाय बाहेरून कुलूप लावणे एवढाच होता. त्यात घरी एक पाहुणा आला होता. आम्ही रस्त्यावर आलो. लिमयांच्या कुटुंबात सामील झालो. आईनं तेवढ्यात विचारलं, 'मी कुलूप नीट लावलं का?'

'हो. लावलंय की!' मी दडपूनच सांगितलं.

'कडी कोयंड्यात अडकवली का तसंच कुलूप लावलं?' आईनं नेहमीचा प्रश्न विचारला. अशा तऱ्हेचा प्रश्न तिला नेहमी सतावतो.

'जा, पटकन पाहून येतोस?' मी फिरलो. धावत धावत घरी आलो. कुलूप दोन–तीनदा ओढून पाहिलं. पुन्हा धावत धावत सगळ्यांच्यात सामील झालो. आईच्या चेहऱ्यावर समाधान दिसलं.

आमची पदयात्रा सुरू झाली. माझ्या वयाची दोन–तीनच मुलं होती. कुंदा–सुशीला–विजया वगैरे वगैरे! आमच्या फालतू गोष्टी सुरू झाल्या. मला वास्तविक गोडी होती ती मोठ्या माणसांच्या गप्पात! माझी चाल हलके हलके मंदावायची, मी मागे राहिलो की मोठ्या माणसांचा आवाज बारीक होत जायचा.

'फडक्यांची सून तिचं ते समजलं का...?' आणि त्याच्या पुढचं वाक्य कुजबुजत

बोललं जायचं. मग दुसरी कोणीतरी मोठ्यांदा हसायची. मग तिसरीच कोणीतरी 'अहो त्या बापटांच्या मुलाचं पण...' त्याच्यापुढचं वाक्य 'सेन्सॉर' व्हायचं.
'वशा, तुझं कायरे मोठ्या माणसांत? ती कुंदा–सुशी बघ कशी पुढं गेली ती. जा त्यांच्यात. मागं, मागं राहायचं नाही.'
फडक्यांची सून आणि बापटांचा मुलगा ह्यांचं काय झालं असेल ह्याचा विचार करीत मी गती वाढवायचा. असं करता करता देऊळ आलं. सगळ्या बायका अगदी सुशी–कुंदादेखील आत गेल्या. आमची नेमणूक देवळाबाहेर चपला सांभाळण्यावर झाली.
'नीट लक्ष ठेव हं सगळ्यांच्या चपलांवर. आम्ही येतोच. आमच्यापैकी कुणी आलं की मग तू आत जाऊन ये–' मी मान डोलावली.
चार–पाच मिनिटं चपराशाची भूमिका पार पाडल्यावर एकदाच्या सगळ्या बाहेर आल्या. मी आत गेलो. का कुणास ठाऊक, मी आत रमलो नाही. वडिलांचं मत मला एकदम पटलं. रात्री ९।।च्या पुढं चिकार पायपीट करून धाव धावून तो प्रकार पाहावा एवढा महत्त्वाचा नव्हता. चांगल्या वयस्कर बायका हातात घागरी घेऊन धापा टाकीत फूं फूं करीत का हुंदडत होत्या हे तर मला कळलंच नाही. त्यापेक्षा चपला सांभाळण्याचं काम किती तरी चांगलं होतं.
नंतर एका देवळामधून दुसऱ्या देवळात तिथून तिसऱ्या– अशा तऱ्हेनं तोच कार्यक्रम आमच्या 'काफिल्यानं' पाहिला. मी अर्थातच प्रत्येक वेळी दरवानाची भूमिका बजावली. त्यानंतर एकदा शेवटी जोगेश्वरीचं देऊळ पहायचं आणि मग 'बॅक टू पॅव्हिलियन' असा निर्णय जाहीर झाला. वाटेत आम्हाला फुटाणे, गोळ्या आणि तत्सम वस्तूंची लाच देण्यात आली. चालण्यात कसूर नको– वहानाची मागणी नको म्हणून!
जोगेश्वरीच्या देवळातून मंडळी बाहेर आली आणि चपला घालताना आई मोठ्यांदा किंचाळली. सगळे कावरे बावरे झाले. 'काय झालं' ची पृच्छा प्रत्येकीनं केली.
आई एकदम माझ्यावर गरजली.
'काय रे वेंधळ्या – माझी दुसरी चप्पल कुठाय?'
'अहो शांताबाई रागावताय काय लेकरावर एकदम, असेल आसपास!'
हे म्हणणाऱ्या बाईकडं मी डोळे भरून पाहून घेतलं. तथापि सत्यसृष्टीत फरक पडला नाही. आईची चप्पल कुठंच सापडेना. आणि तीही एकच. चप्पल शोधता शोधता आईचं तोंड चालू झालं. चार लोकांत अस्मादिकांची पूजा सुरू झाली.
'एवढं कसं मेलं लक्ष नाही? मुखदुर्बळ! समोरून नेल्या तरी कळू नयेत? शर्थ झाली बावळेपणाची!' ह्या इथपासून जी सुरुवात झाली ती...

'मलाच मेलीला येवढी येण्याची इच्छा का झाली तेच कळत नाही. तरी 'हे' जाऊ नको म्हणत होते. नुकसान व्हायचं होतं ना? तेव्हा व्हायचीच इच्छा.'

'पण शांताबाई नेणाऱ्यानं तरी एकच चप्पल कशी न्यावी?'

ह्या प्रश्नानुसार मग त्या एकच चप्पल नेणाऱ्या अज्ञात इसमाचा उद्धार सुरू झाला. चप्पल पळवणारा तो इसम जर बाजूलाच असेल तर त्याला माझ्याबरोबरच महालक्ष्मीचा अवतार देवळाबाहेर पहायला मिळाला असेल. ह्या कल्पनेनं मी त्याला गुपचूप शोधू लागलो. चपला सांभाळण्याची कामगिरी संपून चपला खाण्याची कामगिरी सुरू झाली.

ही कामगिरी मला घरी येईतो पुरली. आता हलक्या आवाजात कोणीही बोलत नव्हतं. किंबहुना सगळे गप्पच होते. आई एकटीच बोलत होती. 'काय मेला बावळट माणूस? – पण मी म्हणते मेल्याला आपली आणि दुसऱ्याची चप्पल कशी कळली नाही? अंधारातसुद्धा स्वत:ची चप्पल केवळ स्पर्शानं मला ओळखता येते.'

आई आपल्या स्पर्शज्ञानाची माहिती सांगत होती. 'आम्हीही ओळखतो' एक दोघींनी हम भी कुछ कम नही ह्याची जाणीव आईला दिली. पण आई पुन:पुन्हा आपण अंधारात आपली चप्पल ओळखतो हे ब्रह्मवृंदावर ठसवीत होती. पडलेल्या उमेदवाराप्रमाणे मी मागून येत होतो.

वरात घरी आली आमची! लिमये मंडळी दुखवटा व्यक्त करीत त्यांच्या घ्रारी गेली. कुलूप आवाज न करता काढलं गेलं. मी दिवा लावला आणि आई हतबुद्ध होऊन भिंतीला टेकून उभी राहिली. क्षणार्धात मलाही उलगडा झाला. आमचं मातृदैवत घरातूनच एक चप्पल स्वत:ची आणि एक आलेल्या पाहुण्याची घालून बाहेर पडलं होतं.

✧

ओळखीचा?

नवीन लग्न होऊन सासरी आलेली मुलगी व नवीनच नोकरीला लागलेला मनुष्य ह्या दोघांची परिस्थिती सारखीच असते! मुलगी सासरच्या प्रत्येक माणसाला घाबरत असते. पाच वर्षांच्या दिराचीसुद्धा तिला जशी भीती वाटत असते तद्वतच नवीन नोकरीला लागलेला मनुष्य साध्या पट्टेवाल्यालासुद्धा भिऊन असतो! आणि त्यातल्या त्यात माझ्यासारख्या मूळत: भित्रा असणाऱ्या माणसाची पंचाईत तर विचारायलाच नको!

मी पण तसाच गोंधळून गेलो! पृथ्वीचा प्रलयकाळ उद्यावरच आला असल्यासारखे सर्वांचे चौकोनी चेहरे व खाली गेलेल्या माना पाहून, मला वांद्र्याच्या खाटीकखान्यातील मेंढ्यांची आठवण झाली. ऑफिसमधले कठिणात कठीण व किचकट कामसुद्धा खेळीमेळीने व प्रसन्न चेहऱ्याने करता येते, हे त्या लोकांच्या गावी सुद्धा नसावे, – नव्हतेच! अशा लोकांत रोज मी सुद्धा १० चौरस फूट जागा अडवून सुमारे सातआठ तास बसणार होतो! रोज तेच ते ठरावीक उतरलेले चेहरे व पट्टेवाल्यांच्या मरगळलेल्या हालचाली बघणार होतो!

सुमारे पंधरा दिवसांच्या अवधीत निरनिराळ्या कामाने, कारणाने माझी तेराचौदा माणसांची ओळख झाली. ह्या तेराचौदा माणसांत दोनतीन मुलीही होत्या. पण सगळ्यांचे चेहरे एरंडेल प्यायल्यासारखे! आता मला फक्त एकच आशा उरली होती; आणि ती म्हणजे माझ्या शेजारी बसणाऱ्या एका अनोळखी व्यक्तीची!!

मी कामावर आल्यापासून ती व्यक्ती रजेवर होती. ती व्यक्तीसुद्धा अशीच निघणार असेल तर मात्र माझ्यासारखा कमनशिबी मीच! त्यापेक्षा त्या रिकाम्या खुर्चीकडे पाहूनच मला समाधान लाभत होते. माझ्या आसपासची आंबट चेहऱ्याची माणसे मला 'माणसे' वाटतच नव्हती. रावण मेल्यावर युद्धातून बचावलेले 'राक्षसच' इथे कामाला जुंपले आहेत असे मला वाटायचे!

पण देवाला माझी दया आली. शेजारची गैरहजर व्यक्ती धुमकेतूसारखी उगवली व तिला पाहताच प्रथमदर्शनी मला 'लंकेत बिभीषण' सापडल्याचे समाधान वाटले. मी माझ्या जाग्यावर बसावयाच्या आतच,

Good Morning पडोसी!

अशी आमच्या मित्राने मला सलामी दिली. तितक्याच तत्परतेने मी तिला 'प्रत्युत्तर' दिले. त्या पहिल्या दिवशी जेवणाची सुट्टी होईपर्यंत आमचे विशेष बोलणे झाले नाही. जेवणाच्या सुट्टीत मी पलीकडच्या खोलीत गेलो. जेवणाचा डबा उघडून आज काय काय पाठवले आहे ह्याची पाहणी करत असतानाच माझ्या कानावर एक खणाणीत आवाजात म्हटलेली गाण्याची लकेर आली. ऑफिसातसुद्धा बेधडकपणे गाणे म्हणणारा हा कोण तिस्मारखाँ आहे हे पाहण्यासाठी मी वर मान केली, तो आमचे पडोसी! फारच सुरेख आवाज होता प्राण्याचा! माझ्या चेहऱ्यावर आश्चर्य चमकलेले पाहून पडोसी म्हणाले,

'का हो, तुम्हाला गाण्याची आवड नाही का?'

मी मान डोलवली.

'मग छान आहे बुवा! मला पण गाण्याचा षोक आहे! ह्या देहाला 'वसन्त मांजरेकर' म्हणून संबोधतात!

'अरे वा! तुमचे–आमचे नाव एकच आहे की हो! मी 'वसन्त काळे!'

मी माझ्या देहाची ओळख करून दिली, 'तुमचा आवाज छान आहे हो' मी पुढे म्हणालो.

'अहो कसला आवाज छान! Man is a singing Animal! आणि मी माणूस आहे म्हणून मी गातो! मी कुठेही गातो. घरी गातो, लोकलमध्ये गातो आणि ऑफिसातही गातो! अहो, गाण्याशिवाय दुसरे काय सौख्य आहे माणसाला? रोजचे मानसिक व शारीरिक त्रास गाण्याशिवाय कसे काय विसरायचे?

'अगदी खरं आहे!' मी थोडासा हुरळून म्हणालो. कारण प्रथमदर्शनीच त्या माणसाबद्दल माझे जे अनुकूल मत झाले होते, ते फसले नव्हते.

'त्याचं काय आहे, बरं का वसन्तराव! ह्या ऑफिसातली सर्व माणसे जनावरे आहेत. हे लोक फक्त समोर ठेवलेले टेबल व त्यावरील रंगीत कागद ओळखतात. आजुबाजूची माणसे त्यांना दिसतच नाहीत. काम करताना मजा करता येते व मजा करता करता सुद्धा काम होऊ शकते याची त्यांना कल्पनाच नाही; आणि म्हणूनच ते कामाला कंटाळतात. रविवारची ते उत्कंठतेने वाट पाहतात आणि शनिवारची अर्धी सुटी मिळताच 'स्वर्गाचे राज्य' मिळाल्याचा त्यांना आनंद होतो. आणि जर का शनिवारी काम जास्त पडले तर ते त्याचा राग घरी जाऊन बायकोवर काढतात. म्हणून म्हणालो की, जनावरे आहेत सगळी! प्रेमऽम की माऽऽऽर कट्याऽऽऽरऽऽ!!'

खरोखरच त्याचा आवाज फारच सुंदर होता. मी त्याला पुन: विचारले 'तुम्ही गाणे कुठे शिकला का नाहीत? एक उत्कृष्ट कलाकार झाला असतात!' त्याच्यावर नुसतेच 'हूं' करून तो पुढे म्हणाला,

'अहो, कसली कला आणि कसला कलावंत! आम्हांला हजार उद्योग करायचे असतात. आम्हा लोकांना 'अर्धी कोंबडी अंडे उबवायला हवी असते' व त्याच वेळी 'अर्धी कोंबडी मस्तपैकी खायला हवी असते!' तेव्हा सगळ्याच गोष्टी कशा काय जमणार! मी आयुष्याकडे फार वरवर दृष्टीने पाहतो. कोणतीच गोष्ट मी मनाला लावून घेत नाही व कोणतीच गोष्ट मनावर पण घेत नाही. मौज म्हणून चार लोक पत्ते कसे खेळत असतात! डाव जिंकल्याचा विशेष आनंद नाही किंवा हरल्याचा विशेष खेद नाही. त्याचप्रमाणे अगदी मी आयुष्य 'खेळत' आहे खेळण्याचा कंटाळा आल्याबरोबर त्यांचा डाव जसा थांबतो तद्वत माझाही डाव मी आपण होऊन बंद करीन!'

एकंदरीत माझ्या या मित्राची मते व विचार फारच अफाट होते. आयुष्याकडे अगदी निराळ्या दृष्टिकोणाने बघणारा एक मनुष्य मला सापडला होता.

आमच्या गाठीभेटी रोज घडू लागल्या. मित्रत्वाची गुंफण गुंतत होती व रोज त्याच्या अफाट स्वभावाचा नवीन पैलू माझ्या दृष्टोत्पत्तीस पडत होता. एवढ्या अल्प काळात जडलेली आमची मैत्री इतरेजनांना खुपू लागली. आम्हा दोघांपलीकडे बसणारा एक गृहस्थ मात्र हळूहळू आमच्यात रुळू लागला. एके दिवशी तो गृहस्थ कुठे दिसला नाही तेव्हा मी वसन्ताला म्हणालो,

'कायरे वशा, हा प्राणी आज कसा उगवला नाही?'

'अरे, ह्या सर्व लोकापैकीच तो एक! आपल्यात जराजरा मिसळतो इतकंच! खेळीमेळीने आयुष्य जगायचं हे ह्या लोकांना माहीत नसल्यामुळे आपल्याला काहीतरी होत आहे अशी यांची भावना झालेली असते. मग त्या भावनेने ते आजारी पडतात. डॉक्टरने व्हिटॅमिन्स, बी कॉम्प्लेक्स डेफिशिअन्सी, कॅलशिअम असे मोठमोठाले शब्द ऐकवून सहा इंजक्शन्सचा कोर्स दिला म्हणजे हे टुणटुणीत होतात व मग डॉक्टरी ज्ञानाचे कौतुक करीत एक दिवस पुन: ऑफिसात येतात!

नेहमीप्रमाणे इतरांपेक्षा निराळ्या धर्तीचे उत्तर वसंतकडून आल्याचे मला समाधान वाटले.

आणि मग मी असे ठरवूनच टाकले की, रोज नवीन नवीन विषय काढून आपण त्यावरची वसंतची मते ऐकायची!

पण दुसरेच दिवशी एक दारुण घटना घडली! आमचा तो आजारी पडलेला गृहस्थ वारल्याचे वृत्त ऑफिसात येऊन धडकले. लगेच ऑफिसला अर्धा दिवस सुट्टी असल्याचे जाहीर करण्यात आले. त्या गृहस्थाचा आणि माझा जरी फारसा परिचय

किंवा संभाषण घडले नव्हते तरी ती बातमी ऐकताच माझे मस्तक सुन्न झाले. कितीतरी वेळ त्याच्या त्या रिकाम्या खुर्चीकडेच मी वेड्यासारखा पाहात बसलो. मी वसंतकडे पाहिले. विषादाची छटा त्याच्या डोळ्यात काही क्षण चमकून गेली व पुन: त्याचा चेहरा पूर्ववत झाला. त्याच्या त्या वृत्तीचा मनातून निषेध करीत मी त्याच्याजवळ हळहळ व्यक्त केली. त्यावर नेहमीचेच हास्य करीत तो म्हणाला,
'अरे, एखादा मनुष्य मेला ह्यात अपघात कसला आलाय? आपण सगळे जगत आहोत हाच 'अपघात' आहे. मरणे हा अपघात नसून जगणे हाच अपघात आहे! आज तो मेला, उद्या तुम्हीही मराल व पुन: आम्हाला अर्धा दिवस सुट्टी मिळेल! परवा मी मरेन! त्यात आहे काय विशेष? रोज सकाळी उठताना मी विचार करीत उठतो की, 'अरे अजून कसे आपण मेलो नाही बुवा!' तेव्हा दोस्त इतका हळवा व भावनाप्रधान राहू नकोस. असा जर राहिलास तर आयुष्यात निभाव लागणे मुष्कील होईल! माझ्यासारखी दृष्टी ठेव. अरे बाबा, 'दो दिनकी जिंदगी है ऽ ऽ ऽ दो दिन का मेला ऽ ऽ!'
त्याचा इतका कठोर स्वभाव मला आवडला नाही. पण मी तो बोललेल्या विचारावर विचार करू लागलो तेव्हा माझ्या मनात आले, खरंच! हा म्हणतो ते काय खोटे आहे? –उद्या मी मरेन, ऑफिसला अशीच सुट्टी मिळेल! मी मरणार!!– माझा मृत्यू!!! मला ती कल्पनाच सहन होईना. तोच वसन्तने माझ्या पाठीवर थाप मारली.
'दोस्त, विचार करू नकोस उगीच! उद्या तू नक्कीच मरत नाहीस!' एवढे बोलून तो तडक बाहेर पडला व माझ्या मनातले विचार ह्याने नेमके कसे काय ओळखले ह्याचा विचार करीत मी तसाच उभा राहिलो.
दुसऱ्या दिवशी मी ऑफिसात आलो तरीपण माझ्या मनावरचे खिन्नतेचे पटल दूर झाले नव्हते. वसन्त मात्र निर्विकार होता. मला पाहताच तो म्हणाला.
'काय मौज असते पहा! मला काल लवकर जायचेच होते आणि त्यासाठी कसे काय लवकर पळावे याचा मी विचारच करीत होतो आणि अचानक सुट्टी मिळाली. देऽऽवाऽऽथोर तुझे उऽऽपऽकाऽऽरऽऽ!'
'का एवढे काय काम होते?' इच्छा नसताना मी प्रश्न केला.
'अरे, त्या देशपांड्यांच्या लिलीला भेटायला जायचे होते, माहीमला!'
मी एकदम म्हणालो,
'अरे हो, परवाच ती मला भेटली होती व ती तुला ओळखते हे ऐकून मला खूप आश्चर्य वाटले. तिने पण मला तुझ्याविषयी विचारले. मी तिला सांगितले की, मी त्या प्राण्याला चांगलाच ओळखतो!'
माझे शेवटचे वाक्य ऐकताच वसन्तची चर्या बदलली. काहीतरी नवीन विचार

ऐकायला मिळणार म्हणून मला बरे वाटले.

'तू त्या लिलीला सांगितलेस की, तू मला चांगलाच ओळखतोस; पण सांग पाहू तू मला किती ओळखले आहेस?'

'मी ऑफिसातही गातो, मनावर कोणतीही गोष्ट घेत नाही, कोणाची पर्वा करीत नाही आणि माझी थोडीशी अफाट मते आहेत, यापेक्षा अधिक माहिती काय आहे तुला? कशावरून एखादी वेळ अशी येणार नाही की, त्या वेळी मला गाणे पण सुचणार नाही? कशावरून माझ्या मनात खोलवर एखादी गोष्ट जखम करणार नाही? किंवा कशावरून माझी अफाट मते बदलणार नाहीत? बाबारे, जन्म एकत्र काढले तरी माणसाच्या मनाचा अगर स्वभावाचा पत्ता लागत नसतो.'

मी गप्प बसलो.

दुपारी जेवणाच्या सुटीत पुन: तोच विषय निघाला. वसन्त म्हणाला, 'तूच असे समजतोस असे नाही. सगळेच लोक तसे समजतात. पण माझ्याबद्दल विचारशील तर मी असेच सांगेन की, मला जो माणूस अगदी जवळातला जवळ आहे त्याच्या स्वभावाबद्दल सुद्धा मी ग्वाही देऊ शकणार नाही.

आता माझ्या हातातला हा पेरूच पाहा. याचे गुणधर्म मला जेवढे माहीत आहेत तेवढेही एखाद्या व्यक्तीचे माहीत नाहीत. हा पेरू कच्चा असताना कसा लागतो, पिकल्यावर कसा लागेल, दातात याची 'बी' अडकली तर कसा त्रास होतो, हे सर्व मला माहीत आहे. याचे हे गुणधर्म कोणत्याही परिस्थितीत कायम राहणारे आहेत. पण मनुष्यस्वभावाचे तसे नाही. अमुक एखाद्या काल्पनिक परिस्थितीत, आपण जिला पूर्ण ओळखतो अशी व्यक्ती, अशा तऱ्हेचे उद्गार काढील किंवा अमुक तऱ्हेनेच त्या परिस्थितीला तोंड देईल, अशी कल्पना आपण त्या व्यक्तीबद्दल करतो आणि ती व्यक्ती निराळेच काहीतरी वागते वा बोलते! आणि आपण म्हणतो, मला कल्पना नव्हती तो असे काहीतरी करील याची!'

असेच काही दिवस गेले! वसन्त अलीकडे खूपच निराळा वागत होता. त्याची खेळकर विनोदी वृत्ती कोठच्याकुठे लुप्त झाली होती व तो काहीतरी खोल विचारात गढला असल्याचे दिसत होते. पण मी त्याला त्याच्या अस्वस्थतेबद्दल हटकले नाही. हा प्राणी इतका गंभीरही होऊ शकतो याचे मला नवल वाटत होते आणि त्याला अशा काहीशा विमनस्क मन:स्थितीत पाहून नकळत मीही विमनस्क झालो होतो.

आणि एक दिवस वसंत ऑफिसाला आला नाही. एकदोघांजवळ मी त्याच्याबद्दल चौकशी केली तेव्हा त्यांनी माझ्याकडे अशा नजरेने पाहिले की, जणू काय वसन्तची सर्व माहिती जाणणारा मीच एकमेव! मग मी गप्प बसलो; पण दुसऱ्या दिवशीही तो आला नाही, तेव्हा मला राहवेना. मी पुन: चौकशीला आरंभ केला; पण प्रत्यक्ष

माझ्याशी न बोलता त्या लोकांनी आपापसातच बोलायला सुरुवात केली—

'काय गणपतराव, बातमी कळली ना? त्या मांजरेकर साहेबांनी शेवटी दीडदोन हजाराला ऑफिसला टांग मारली!'

''What a wonderful news!'

'अरे साला, तेच्यामंदी वंडरफुल काय बी नाय! आमी कवाच समजूनशान बसले होते की, ये आदमी असा मजा करेलच करेल!'

'आमचे घाटपांडे साहेब काय म्हणत आहेत?' हेडक्लार्कच्या सलगीतल्या कारकुनाने हेडक्लार्क घाटपांड्यांना विचारले; पण घाटपांडे गप्प बसले आणि मी ओळखले की, खरा प्रकार घाटपांड्यांना माहीत असावा; पण हेडक्लार्कशी गप्पा मारण्याचे धाडस करण्यासाठी मला त्या ऑफिसात आणखी काही दिवस घालवणे प्राप्त होते.

हळूहळू मला सर्व प्रकार समजला. सुमारे पंधराशे रुपयांची अफरातफर केल्याचा आरोप वसन्तवर आला होता व तो पोलिसच्या ताब्यात होता. डोके दुखत असल्याचे निमित्त करून मी ऑफिस सोडले व एका पोलिस–अधिकाऱ्याची ओळख काढून वसन्तला भेटायला गेलो.

पोलिसच्या ताब्यात असताना सुद्धा वसन्त मनमोकळेपणाने गात होता आणि पोलिस त्याच्याकडे 'काय निर्ढावलेला बदमाश आहे' अशा अर्थाने पाहात होते. गजातून हात बाहेर काढून माझा हात दाबीत वसन्त म्हणाला,

'मला वाटलंच तू येशील म्हणून!'

'वसन्त, मी जामीन मिळवतोय! मामुली रकमेची बाब आहे'

'मला जामीन नकोय'

वसन्त शान्त होता आणि मी मात्र माझ्यावरच आरोप आल्यासारखा गंभीर झालो होतो.

वसन्त इकडच्यातिकडच्या गप्पा सांगण्यातच गुंतला होता. स्वत:बद्दल तो काहीच बोलत नव्हता. मुलाखतीची वेळ संपत आली, तरी वसन्त स्वत:बद्दल काही सांगत नव्हता. शेवटी मी त्याला अडवले व ऑफिसातली भानगड विचारली. तेव्हा तो खो खो हसत बसला, पण माझा चेहरा पाहून तो थांबला व सांगू लागला,

'खरं म्हणजे ती सगळी चूक घाटपांड्यांची आहे. कुठेतरी हिशेबात चूक झाली आहे म्हणा किंवा घाटपांड्यांच्या मनात काहीतरी निराळे आले म्हणा, काहीही म्हणा, पण मी ते सर्व माझ्यावर ओढून घेतले आहे! प्रत्यक्ष चौकशी सुरू होईल तेव्हा मात्र घाटपांड्यांनी खंबीर राहायला हवं.

'आज त्या सेवानिवृत्त होण्याच्या वयाला आलेल्या माणसाला मन अजून संसार, घरदार, मुलेबाळे यात गुंतलेले पाहून माझ्या पोटात कालवाकालव झाली. त्याच

क्षणी मनात विचार आला की, ह्या माणसाला जगण्यात एवढी मजा वाटत आहे तर त्यालाच जगू दे. संसारातील सौख्याचा आनंद त्याला मनमुराद लुटू दे! बोलून चालून मी सडाफटिंग, ना आगा ना पिछा! कुणी 'चांगला' म्हणाल्याचा आनंद नाही, 'वाईट' म्हणाल्याचा खेद नाही! असेल नशीब जोरावर तर काहीच न होता सर्व सुरळीत होईल, न झाल्यास मला त्याचीही पर्वा नाही! पत्त्याचा डाव आहे, पत्त्याचा डाव!

'पुन: सांगतो, इतका हळवा राहू नकोस. जीवनात निभाव लागायचा नाही! एक कविता केलेली ऐक,

'जीवन सारे दोन क्षणाचे हसा तोवरी रडू नका.
व्यर्थ जिवाला नका त्रासवू बाउ कशाचा करू नका।
फुलापरी हो जीवित अपुले दुसऱ्या दिवशी हो निर्माल्य,
भीती जनाची कशास धरिता सतत उराशी ते शल्य!
कोणी कुणाला 'बरे' न म्हणती शिव्याशाप ते सर्वां देती,
ऐसे असता चाड तयांची का बाळगिता दिनराती।'

शिपायाने वेळ संपल्याचे सुचवले. मी डोळे पुशीत बाहेर आलो. दुसरे दिवशी ऑफिसात गेलो. एकजण दुसऱ्याला म्हणत होता,

'बरे झाले, इथून पीडा गेली ती! आपल्या सगळ्यांच्यात तो शोभतच नव्हता!'

मी मनाशी म्हणालो,

'खरे आहे! जनावरात माणूस शोभणारच नाही. जनावरं इथेच राहिली आहेत व 'माणूस' आपली माणुसकी दाखवायला आज 'गजाआड' गेलेला आहे.'

मस्तानी

दुपारी साडेबारा वाजता एकदम लहर आली, की आज अर्धा दिवस दांडी मारावी! घरी पळावं! शिंक, खोकला, चेष्टेची लहर, यांच्याप्रमाणेच दांडी मारायची इच्छापण दाबून ठेवता येत नाही. लगेच मी अर्जंट कामाच्या फायली बाजूला काढल्या. स्वत: किती फायली हातावेगळ्या करायच्या आणि राजा बापटच्या गळ्यात किती मारायच्या याचा मनात हिशेब केला. आणि एवढी तयारी झाल्यावर मग चेहरा टाकून बसलो!

पाच–एक मिनिटांनी राजाचं माझ्याकडे लक्ष गेलं. माझा चेहरा पाहून हातातलं काम टाकून तो माझ्या टेबलापाशी आला. राजानं जागा सोडली की समजावं, 'चित्रगुप्त' जाग्यावर नाही. 'चित्रगुप्त' म्हणजे आमचा हेडक्लार्क 'रामजोशी'. 'रामजोशी' म्हणजेच रा.म.जोशी. आम्ही खुषीत असलो म्हणजे 'रामजोशी', एरवी तिसऱ्या अक्षराचा लोप करून— 'रामोशी!'

'वत्सा, असा अस्वस्थ का? कसला आघात झाला का मनावर?' राजानं जवळ येताच विचारलं.

— मी गप्प राहिलो!

'कबूल केल्याच्या आदल्याच दिवशी बायको माहेरहून परत आली त्याचा धक्का बसला का?' — राजाचा पुढचा प्रश्न.

मी हेतुपुरस्सर गप्प!

'आज गाडी कुठल्याही दोन स्टेशनांच्या मध्ये उभी राहिली नाही, त्याचा मनावर परिणाम झाला का?' — राजा

— तरी मी गप्पच!

'गेल्या पंधरा दिवसांत अन्नदाता उर्फ डबेवाला — ह्यानं एकही खाडा केला नाही, ते मनाला इतकं का लागलं?'

— आता गप्प राहणं कठीण होतं. मी राजाकडे केविलवाणं पाहात विचारलं,— 'संशयरत्नमाला संपली का?'
'तू उत्तर देणार नसलास एवढ्यात, तर अजूनही खूप आहे!' राजा माझ्या शेजारी आसन ठोकीत म्हणाला.
'राजा, बेट्या, ह्या कलियुगात आपल्यासारखे मर्त्य जास्तीत जास्त कशाचा विचार करणार, सांग बरं?' मी म्हटलं.
'हां हां! आलं लक्षात! झक् मारली आणि तुझा उतरलेला चेहरा पाहून तुझी चौकशी करायला आलो. अर्धा दिवस दांडी मारायचा बेत दिसतोय!'
त्याच्या ह्या आरडाओरडीकडे लक्ष न देता मी म्हणालो, 'आहेत आहेत! कलियुगातसुद्धा अंतर्ज्ञानी आहेत म्हणायचं!'
'मी तुला साफ सांगतो, — आज मी तुझं कोणतंही काम करणार नाही.' राजा म्हणाला.
— मी शांतपणे टेबलावरचा ड्रॉवर उघडला. त्यातलं 'गोल्डफ्लेक'च पाकीट नजरेला पडताच राजा अगदी गोगलगाय बनला.
'राजा, तुला त्या पैलवानाची गोष्ट माहीत आहे का रे?' मी राजाला विचारलं.
— पाकिटावरची नजर दूर न करता राजानं नकारार्थी मान हलवली. मी पुढं म्हणालो, 'अरे, सबंध कोल्हापूर संस्थानात त्याच्याशी जोड करील असा पैलवान नव्हता. तो नुसती पैलवानकी करीत नव्हता, तर एरव्ही दादागिरीही करायचा. पण त्याचा एक वुइक पॉइंट त्याच्या बायकोला माहीत होता. त्याच्या डाव्या कानाला हात लावला, की तो पोराहून पोर होतो हे तिनं बरोबर हेरलं होतं. तात्पर्य—
'हेच! बायकांपासून काही लपून राहात नाही. मला वाटतं, बायका जन्मोजन्मी तोच नवरा मागतात ह्याचं कारण हेच असावं. कुठं बोट ठेवलं की आपला नवरा गप्प बसतो हे त्यांना अचूक माहीत असतं. तेव्हा जन्मोजन्मी तोच नवरा मिळालेला बरा!' राजा म्हणाला.
'हे झालं विषयान्तर. तात्पर्य निराळंच आहे,' मी म्हटलं, 'हे 'गोल्डफ्लेक'चं पाकीट तुला दिसलं म्हणजे तुझी अवस्था त्या पैलवानासारखी होते हे मला माहीत आहे.'
'तुला जर एवढं 'हे' वाटत असेल ना, तर मी प्रतिज्ञा करतो— '
'नको नको! राजा एका भीष्माचा आदर्श जगापुढं बस्स झाला!'
थोडक्यात काय, तर राजाच्या गळ्यात अर्जंट फायली मारून मी तडक घरची वाट धरली.
दुपारी दीड वाजता मी घरी पोचलो. डोळे चोळीत चोळीतच अर्धांगीनं दार उघडलं.

नेहमीप्रमाणे तिचा 'नुकताच डोळा लागला' होता. मी जेव्हा जेव्हा तिला उठवतो, तेव्हा तेव्हा तिचा नुकताच डोळा लागलेला असतो, किंवा लागायच्या बेतात असतो आणि पुष्कळादा तर रात्रभर डाराडूर झोपूनही तिचा क्षणभरही डोळ्याला डोळा लागलेला नसतो म्हणे!

'किती चांगलं झालं तुम्ही आलात ते! मी परमेश्वराची प्रार्थनाच करीत होते. म्हटलं एखादं आश्चर्य घडू दे आणि ह्यांना लौकर येऊ दे!' सौ. म्हणाली.

'ही प्रार्थना स्वप्नातली की जागेपणाची?' मी विचारले.

'जागेपणची बरं, जागेपणची! स्वप्नात प्रार्थना करायला डोळ्याला डोळा तरी लागायला हवा ना? काल जरा लवंडले तर कल्हईवाला ओरडून गेला, परवा बोहारीणच तडफडली आणि आज— '

'आमची पीडा आदळली, असंच ना?' मी तिचं वाक्य पुरं केलं.

'नाही हो! आज तर तुम्ही यायला हवेच होतात.'

आता मात्र मी दचकलो. शेजारच्या लीलाताईंनी गेल्या आठ दिवसांत नवीन पातळ आणल्याचं ऐकिवात नव्हतं. समोर 'कोहिनूर'ला नवीन सिनेमाही लागलेला नव्हता. किंवा सौ.नं. घर आवरायला काढल्याचंही दिसत नव्हतं. मग तिला माझी एवढी तीव्र आठवण का व्हावी? आता गाफील राहून उपयोगाचं नव्हतं.

सौ.नं मला फार वेळ संभ्रमावस्थेत ठेवलं नाही. त्या कर्तव्यपरायण सावित्रीनं 'एक्सप्रेस डिलिव्हरी'न आलेलं एक कार्ड माझ्यापुढं धरलं. त्यावर मजकूर फार नव्हता. पण जो होता तो असा होता की, त्यानंतर सबंध कार्ड जरी भरलेलं असतं तरी ते वाचून अर्थबोध झाला नसता! पत्र आमच्या 'प.पू.मा.'चं होतं. 'प.पू.मा.' म्हणजे परमपूज्य माताजी! हा वाक्यप्रयोग बापटचाच. तातडीनं साठ रुपये पाठवून देण्याविषयी आईनें लिहिलं होतं.

माझं पत्र वाचून व्हायच्या आतच सौ.नं भरून तयार ठेवलेला मनिऑर्डरचा फॉर्म माझ्यासमोर ठेवला.

'मी म्हटलं, झकासपैकी सरबताचा किंवा पन्ह्याचा ग्लास तयार ठेवशील मला पाहून. ते राहिलं बाजूलाच. त्याऐवजी पत्र आणि मनिऑर्डरचा फॉर्म ठेवलास.' मी चरफडलो.

'तुम्ही मनिऑर्डर करून या. पन्हं आणि सरबत दोन्ही तयार ठेवते.' सौ. म्हणाली.

'बाईसाहेब, माफ करां हं. अर्धा दिवस दांडी मारली ती त्या पोस्टाच्या कुबट जागेत घालवण्यासाठी नाही.—'

'असं का बाजीराव? मग बसा इथं गादीवर!' सौ. म्हणाली, तक्क्या देते, हातात वासाला फूल आणून देते, आणि पहाते एखादी मस्तानी शेजारी बसायला मिळते का ते!'

'पाहा पाहा! तक्क्या, गादी, वासाचं फूल हे नंतर दिलंस तरी – किंवा अजिबात दिलं नाहीस तरी चालेल. मस्तानी मिळाल्यावर बाकीच्या गोष्टी हव्यातच कशाला?'

'तुम्हाला आता गप्पा मारायची लहर आली आहे! पण मनिऑर्डरीचा वेळ संपायला फक्त सव्वा तास उरला आहे. या ना जाऊन पटकन. मग आपण दोघं आहोतच. येताना बर्फ आणा दोन आण्यांचा. झकास सरबत तयार ठेवते.'

संसाराचं रहस्य आमच्या राजा बापटनं जेवढं ओळखलं आहे, तेवढं कुणीच ओळखलेलं नाही, — मीसुद्धा नाही. मागं एकदा मी त्याला म्हणालो होतो, 'राजा, काल हिच्यात आणि माझ्यात वादविवाद झाला. मी म्हणालो, आपण शिवाजी पार्कवर फिरायला जाऊ.' ती म्हणाली, 'आपण जुहूला जाऊ' राजानं पटकन मला विचारलं, मग जुहूला तुम्ही किती वाजेपर्यंत थांबलात?' — मी त्याच्याकडे आश्चर्यानं पाहातच राहिलो. तो पुढं म्हणाला, 'बघतोस काय असा? नवराबायकोच्या वादात नवऱ्याची हार ठरलेलीच!'

— लांबूनच पोस्टाजवळ लांबलचक रांग दिसली. पोस्टाशेजारीच 'बॉस्को'चं दुकान आहे. 'नवीन शर्टिंग आलेलं दिसतंय' असं मनाशी म्हणत मी पोस्टापाशी गेलो आणि अस्मादिकांचा भ्रमनिरास झाला! रांगेतल्या प्रत्येकाच्या हातात मनिऑर्डरीचा फॉर्म पाहून ती रांग 'बॉस्को'साठी नसून पोस्टासाठीच आहे हे माझ्या ध्यानात आलं. थोड्याच अवधीत मीही त्या रांगेचा एक घटक झालो. काय शिंचं नशीब असतं पाहा! कुणीकडून मला आजच दांडी मारायची अवदसा आठवली? आईचं पत्र तरी आजच का यावं? इथं तरी आज एवढा क्यू का? प्रत्येकाच्या आईला नेमके आजच पैसे हवे होते का– ?... ज्या प्रश्नाची उत्तरे माझ्याजवळच काय, पण रांगेतल्या कुठल्याही माणसाजवळ नव्हती, असे प्रश्न माझ्यासमोर उभे राहात होते.

ह्या प्रश्नचिन्हांनी वैतागून मी सहज मागंपुढं नजर टाकली. माझ्यासमोर फारशी मोठी रांग नव्हती; पण ती 'कॉस्मॉपॉलिटन' होती, दोन–तीन भय्ये, त्यांच्यापुढे कुठल्या तरी शाळेचा शिपाई, दोन कोळणी, मध्येच एक म्हातारा, आणि त्यामागं एक बरणी! (बरणी म्हणजे पोक्त बाई! शब्दयोजना बापटची.) रांग मोठी नव्हती; पण आत उभं राहायला जागा फार कमी असल्यामुळं ती फूटपाथवर आली होती. मला रांगेत उभं राहून चांगली दहा–पंधरा मिनिटं झाली आणि अजून मी एक इंचदेखील पुढं सरकलो नव्हतो. पंधरावीस मिनिटांत मी मोकळा होईन अशी माझी अपेक्षा होती; पण इथं रांग पुढं सरकायचं चिन्हही दिसत नव्हतं. मी ऑफिस सोडल्यावर बापटनं नक्की मला शाप दिला असणार!

एवढ्यात पाठीमागं रेशमी वस्त्राची सळसळ आणि बांगड्यांचा मंजुळ किणकिणाट

कानावर आला. मी मागं पाहिलं— आणि क्षणार्धात मला मी बाजीराव झाल्यासारखं वाटलं! पेशवाई बुडाल्यानंतर मस्तानीचा पुनर्जन्म झाला असावा बहुतेक एवढ्या कालावधीत. झाला असावा नव्हे झालाच होता! सौंदर्याचा जो 'काही' आदर्श आपल्यासमोर असतो तो इथं मूर्तिमंत अवतरला होता. नितळ कान्ती, हरणासारखे डोळे, बांधा... पण नकोच! तिचं सौंदर्य असं उपमा–अलंकारांनी जखडून टाकणंही माणुसकीचं होणार नाही! प्रत्येकाने स्वत:ला मस्तानीसारखी वाटणारी स्त्री आठवावी आणि कल्पना करावी, मला भेटलेली मस्तानी कशी असेल याची! माझ्या सौंदर्याच्या कल्पना–उपमा मी तिच्यावर आणि तुमच्यावरही का लादाव्यात?

माझ्यात मग एकदम बदल झाला. — सुस्ती पळाली. कोंदट पोस्टऑफिसऐवजी तिथं माथेरानचं हवामान खेळू लागलं. मी केसांवरून हात फिरवला. जवळ उभ्या असलेल्या मोटारीच्या काचेत वाकून पाहिलं. चेहऱ्यावरून रुमाल फिरवला. शर्ट पँटमध्ये पुन:पुन्हा: खोचला. थोडक्यात म्हणजे एखादी सौंदर्यवती शेजारी उभी राहिल्यावर कुठलाही पुरूष जेवढ्या गोष्टी करतो, तेवढ्या सगळ्या गोष्टी करण्यात मी कसूर केली नाही. आता माझ्यापुढं आणखी शंभर माणसं मध्येच रांगेत घुसली असती, तरी मला त्याची पर्वा नव्हती.

'एऽ एऽ! शुक–शुक! मध्ये काय घुसतोस!' माझ्या पाठमागची ती नवागत अनामिका– पण 'अनामिका' तरी का म्हणा? नाव समजेपर्यंत तिला 'मस्तानी'च का म्हणू नये? तर काय म्हणत होतो मी? हं, ती मस्तानी मध्येच घुसणाऱ्या एका माणसावर ओरडली. वास्तविक माझी त्याला हरकत नव्हती. पण हा मोका घालवणं इष्ट नव्हतं. म्हणून मी पुढं झालो. त्या मध्ये घुसणाऱ्या माणसाच्या शर्टची बाही पकडली आणि त्याला म्हणालो, 'मिस्टर, पाठीमागं व्हा! आम्ही इथं फुटाणे भाजायला नाही उभे राहिलेलो!'

— तो वरमला. सोडावॉटरची बाटली फसफसावी त्याप्रमाणे माझ्यामागची मस्तानी हसली. माझी छाती दोन इंच फुगली. मी पुन्हा माझ्या जागेवर येऊन उभा राहिलो.

'बेधडक मध्ये घुसताना काही वाटत कसं नाही, कुणास ठाऊक!' — माझ्याकडे पाहात ती मस्तानी सात्त्विक संतापानं म्हणाली.

'आता तुम्हीच पाहा म्हणजे झालं! जिथं जिथं रांग आहे, तिथं तिथं मध्ये घुसणं आहे, आणि जिथं जिथं असं घुसणं आहे, तिथं तिथ्यं मारामारी आहे!'

मी एक लांबलचक वाक्य बोललो— 'यत्र यत्र धूम:' ह्या चालीवर! ती खूष झाली.

'ही मेली रांगेची पद्धत कुणी काढली. कुणास ठाऊक!' ती मस्तानी उद्‌गारली.

तेवढ्यात रांगेवर एक सुंदर विनोद आठवून मी म्हणालो, 'हिटलरनं ही रांगेची पद्धत शोधून काढली!'

'वाटलंच! ज्यांच्याशी युद्धाचा तसा संबंध पोचला नाही त्या तुमच्या–माझ्यासारख्या लोकांनादेखील त्यानं असं छळलं म्हणायचं!'

'तर काय हो! भलताच माणूस ! वॉर चालू होती तेव्हाची गोष्ट. एक माणूस रॉकेल आणायला निघाला. प्रथम तो गेला बस–स्टॉपवर. तर तिथं हाऽ क्यू! माणूस चिडला आणि पायीच रखडत रॉकेलच्या दुकानापाशी गेला, तर तिथंही भला मोठा क्यू! माणूस आणखीच भडकला. म्हणाला, हिटलरनं ही रांगेची पद्धत काढली, तर त्यालाच आधी ठार मारावं म्हणून तो रिव्हॉल्व्हर घ्यायला दुकानात गेला, तर तिथंही क्यूच! मोठ्या मिनतवारीनं पिस्तूल मिळवून शेवटी तो जर्मनीला हिटलरच्या घरी गेला, आणि पाहतो तो काय?— हिटलरला मारायला तिथंही क्यूच!'

— मस्तानीच काय, पण मराठी समजणारी सगळी माणसं ही गोष्ट ऐकून मनापासून हसली आणि काहीतरी आपल्याविरूद्धच विनोद झाला ह्या कल्पनेनं रांगेतला सरदारजी अस्वस्थ झाला.

हसणं आणि हसवणं! वाः वाः! परमेश्वराची माणसाला ही केवढी देणगी! फक्त माणसाला त्या देणगीची जाणीव हवी.

'किती मस्त 'ज्योक' आहे हो! कुठं वाचलात?' हसू आवरीत मस्तानीनं विचारलं.

'राजानं सांगितला — माझा मित्र राजा बापट?'मी उत्तरलो,

'अय्या!' ती चीत्कारली.

'तुमच्या ओळखीचा आहे वाटतं तो?' मी विचारलं.

'तोच ना? चांगला उंच आहे तो?' तिनं प्रतिप्रश्न केला.

'चांगला म्हणजे माझ्याएवढाच आहे तो!' मी म्हटलं.

'म्हणजे उंचच! शिवाय गोरा.'

'माझ्यासारखा गोरा म्हणणार असाल तर मात्र आपला मतभेद होईल.'

'अय्या! तुम्हाला 'काळा' कोण म्हणेल?' ती उद्‌गारली.

कोण म्हणेल काय? कुणीही म्हणेल! तो सरदारजी म्हणेल! मनिऑर्डर–क्लार्कसुद्धा म्हणेल!' मी म्हटलं

'अय्या! किती चेंगट आहे तो क्लार्क! मला येऊन अर्धा तास झाला, अजून मी चार पावलंही पुढे सरकले नाही.' ती उद्‌गारली.

'अहो, हे क्लार्क असलेच– मला वाटतं, राणीच्या बागेतला गेंडा, कासव, पाणघोडा, अजगर असले सुस्त प्राणी तयार केल्यावर त्या सराईत हातानं परमेश्वरानं हे मनिऑर्डर–क्लार्क निर्माण केले असावेत.' मी मल्लीनाथी केली.

पुन्हा सगळीकडे खसखस पिकली. दुपारच्या उन्हामुळं मी चांगलाच तापलो होतो आणि फॉर्मात आलो होतो म्हणायचा.

'त्या बापटचं तसंच राहिलं की हो!' — मी तिला आठवण करून देत म्हणालो.

'खरंच की! तुमचं ऑफिस कोणतं?' तिनं विचारलं.

'मी ए.जी.च्या ऑफिसात आहे. — एस्टॅब्लिशमेंटकडे. बापटही तिथंच असतो.' मी उत्तरलो.

'हात्तिच्या! मी त्याला चांगलीच ओळखते. शेजारच्या बिल्डिंगमध्ये मीही कामाला येते. नऊ पंचावन्नची गाडी. बापटच्या घरापासून आमचं घर अगदी जवळ आहे. पुष्कळदा आम्ही एका गाडीला असतो.' ती उद्गारली.

— मी आणखीच खूष झालो. सुंदर मुली आपल्याही ओळखीच्या आहेत हे मी आता पुराव्यानिशी राजाला दाखवणार होतो. त्याचा एवढा रुबाब नको! मी तिचं आणखी निरीक्षण करीत विचारलं, 'आज दांडी वाटतं?'

'हो, पिक्चरला जायचं ठरलंय दुपारच्या. पण तेवढ्यात आईनं मनिऑर्डरंच काम मारलं गळ्यात. केव्हा सुटका होतेय, कुणास ठाऊक! चाळीसच रुपयांची मनिऑर्डर; पण रुपयाला मिनिट ह्या हिशोबनं चाळीस मिनिटं घालवावी लागणार.'

— मी घड्याळ पाहिलं आणि तिनं वेळ विचारल्यावर तिलाही वेळ सांगितली.

'झालं बाई! आता कसलं पिक्चर मिळतंय?' परांजपे माझ्या नावानं अगदी शंख करणार आता.' ती उद्गारली.

'परांजपे कोण?' न राहवून मी विचारलं.

'माझी मैत्रिण. तिकिट काढून वाट पाहते म्हणालीय.' ती उत्तरली.

आणि परांजपेच्या मैत्रिणीचं नाव काय– ? मी भीत भीत विचारलं. तिनं प्रश्नार्थक नजरेनं माझ्याकडे पाहिल्यावर मी मिळमिळीत हसत म्हणालो, 'म्हणजे तुमचं नाव!'

'इश्श! मग त्याला एवढं आडवळण कशाला? सरळ विचारा की माझं नावं! भारीच बाई तुम्ही लाजाळू!' — ह्या वेळेला तिनं एवढा मारू अभिनय केला की कोपऱ्यांतल्या पत्र लिहून देणाऱ्या म्हाताऱ्यानंही आपला चष्मा सावरला. ती पुढं म्हणाली, 'माझं नाव नीलाशा देशपांडे.'

'नी–ला–शा? म्हणजे संधी कसा काय सोडवायचा?' मी जवळजवळ ओरडलोच.

'अहो, त्याचं काय झालं, माझा वडील भाऊ म्हणाला, माझं नाव 'नीला' ठेवायचं; आणि दुसरा भाऊ म्हणाला, माझं नाव 'आशा' ठेवायचं. शेवटी कुणाचंच मन मोडायचं नाही म्हणून माझं नाव 'नीलाशा' ठेवलं.' तिनं लांबलचक खुलासा केला.

'बरं झालं दोनच भाऊ आहेत म्हणून! आणखी एखादा असता तर तो कदाचित 'अलका' किंवा असंच कोणतं तरी नाव ठेवा म्हणाला असता, आणि मग तुमचं नाव –'नीलाशालका' असं काहीतरी झालं असतं!' मी म्हटलं.

ती पुन: मनमोकळं हसली आणि पोस्टाच्या जुनाट घड्याळानं अडीचचा एक टोल दिला. नीलाशा आता मात्र कावरीबावरी झाली. माझ्याकडे आपले टपोरे डोळे लोभसपणे रोखीत तिने विचारले, 'तुम्ही एक काम कराल का?'

— कोल्हापुरी पैलवान आणि राजा बापट ह्यांचे 'वुइक पॉइंट' मी एका दमात सांगितले. माझा वुइक पॉइंट हा होता. एखाद्या बाईने असे डोळे रोखून पाहिलं की, माझ्यातली हवाच निघून जाते. गाफीलपणे मी म्हणून गेलो, 'जरूर सांगा!'

'खरं म्हणजे एवढ्या अल्प परिचयात मी तुम्हांला तसदी द्यायला नको होती–'

मी मनात म्हणालो, पाण्यात पडणाऱ्या ढेकळाचा आणि पाण्याचा पूर्व–परिचय कधी असतो का? तरीसुद्धा ढेकूळ विरघळतंच ना?... ती पुढं म्हणाली, 'मी आणखी पाच मिनिटं थांबले तरी माझं पिक्चर हुकेल. मी फॉर्म सगळा भरून आणलाय. त्यात चूक सापडायची नाही. फक्त माझी एवढी मनिऑर्डर करा. कराल का एवढं काम? मी तुम्हाला उद्याच ऑफिसात भेटते. बापटची पण गाठ नाही पडलेली खूप दिवसात. त्याच्याकडून एक आइस्क्रीम पार्टी उकळायची आहे.'

'कशाबद्दल?' मी विचारलं.

'हिशेब जुना आहे फार. कळेलच तुम्हांला उद्या.'

मी हुरळून गेलो. मला वाटलं होतं, ही मला आता पुन्हा कधीच भेटणार नाही. 'यथा काष्ठंच काष्ठं' असंच काहीसं होणार. पण तसं होणार नाही तर! ठीक! हे काम करायला हवं.

तिनं पर्समधून काढलेल्या शंभराच्या नोटेकडे पाहात मी म्हणालो,—

'आजचा योग अपूर्वच म्हणायचा! आधी मला दांडी मारायची इच्छा झाली. मनिऑर्डरचे काम आजच निघाल्यानं तुमचा परिचय झाला आणि आता तुम्हांला चाळीस रूपये पाठवायचे आहेत, तर मला साठ!'

तिनं माझ्या हातात शंभराची नोट देताना हेतुपुरस्सर माझ्या हाताला स्पर्श केला; पुन्हा माझ्याकडून दहादहाच्या सहा नोटा घेताना दुसऱ्यांदा स्पर्श केला. दोन्ही वेळेला सर्वांगावरून आईस्फ्रूटची कांडी फिरवल्यासारखं मला वाटलं. जाता जाता झटकन तिनं डोक्यात खोचलेली गुलाबाची कळी हसतच माझ्या हातात दिली आणि म्हणाली, 'बापटला सांगा, उद्या गंडा घालायला येते म्हणून.' टॅक्सी दिसेनाशी होईपर्यंत, हात बाहेर काढून पुन:पुन्हा अगत्यानं हलवायला ती विसरली नाही.

हातातल्या गुलाबाच्या कळीकडे मी पाहातच राहिलो, पोस्टातले इतर लोकही माझ्याकडे मत्सरानं पाहात होते. त्यातल्या अशिक्षित लोकांना पत्र लिहून देणारा तो म्हातारा! पोस्टात एका कोपऱ्यात बसणारी ही व्यक्ती खरोखर जन्मावीच

लागते. जाड काचांचा चष्मा एका कानाला दोरीनं बांधलेला, टक्क्लावर किंवा आखूड पांढऱ्या केसांवर मागं सरकवलेली टोपी, खुर्ची–टेबलाच्या पॉलिश उडालेल्या रंगाशी स्पर्धा करणारा कोट, अशा थाटात लोकांच्या अशिक्षिततेवर हा जीव जगत असतो. साक्षरता प्रसाराचा कट्टर विरोधक कोण, असं जर कुणी विचारलं, तर सरळ ह्या व्यक्तीकडे बोट दाखवावं!

एकदाचा मी खिडकीजवळ पोचलो. क्लार्कनं माझ्याकडे निरखून पाहिलं आणि मग शांतपणे तो आतापर्यंतच्या मनिऑर्डरीच्या रकमेचा हिशेब करू लागला. मी आता एकटाच राहिलो होतो. शर्टाची बाही पकडून मागं खेचलेला माणूस केव्हा कंटाळून निघून गेला होता. तेव्हा 'टोटल' करायचं काम त्या क्लार्कला नंतरही करता आलं असतं. पण तसं तो करणार नाही ह्याबद्दल मला खात्री होती. मघाशी नीलाशाला खूष करण्यासाठी मी जे वक्तव्य केलं होतं ते आता मला नडत होतं.

रकमेचा हिशेब झाल्यावर त्यानं शेजारच्या माणसाला 'टोटल' चेक करायला दिली आणि माझ्याकडे न बघताच तो आतल्या भागात गेला. दोन ग्लास पाणी प्यायला. पुन्हा खिडकीजवळ आला. मग त्याने पहिले कार्बन पेपर फेकून दिले. नवीन कार्बन–पेपर शोधून व्यवस्थित कापून ठेवण्यात त्याने तब्बल पाच मिनिटं घालवली. नंतर त्याने शांतपणे पेन्सिल हातात घेतली. नेमक्या माझ्याच वेळेला पेन्सिलीचं टोक झिजलेलं निघालं! मग ब्लेडसाठी शोधाशोध. ते सापडेना. मागं मान वळवून त्यानं 'मराठे ! मराठे!' म्हणून हाका मारल्या. मराठ्यांना ऐकायला कमी येत असावं किंवा पहिल्या दोनतीन हाकांना 'ओ' द्यायची नाही, असा त्यांचा शिरस्ता असावा. ब्लेड मिळवून पेन्सिलीला टोक करण्यात त्यानं आणखी पाच मिनिटं घालवली.

तो जाग्यावर बसल्याबरोबर मी मनिऑर्डरीचे दोन्ही फॉर्म्स दाणकन त्याच्यासमोर आदळले. काहीच न बिनसल्याप्रमाणे त्यानं पैशासाठी हात पुढं केला. मी त्यांच्या हातात नोट जवळजवळ कोंबलीच. नोट हातात घेत तो म्हणाला,

'काय राव? सकाळपासून कुणी भेटलं की नाही?'

'भेटल्या भेटल्या! आत्ताच, इथंच भेटल्या बरं!' मी सक्रोध म्हणालो.

'होय ना! मग ही नोट त्यांनाच परत द्या!' तो म्हणाला.

'का?' मी जरा घुश्शातच विचारलं.

'उगीच. राणीच्या बागेतला गेंडा, पाणघोडा, अजगर, कासव ह्यांच्या जन्मानंतर आमचा जन्म! कबूल! पण दुसरी एक देणगी दिली आहे परमेश्वरानं ह्या चेंगट जातीला. आम्ही खरी नोट आणि खोटी नोट फार लवकर ओळखतो. ही नोट चालायची नाही. खोटी आहे. दुसरी द्या. खिशात असेल तर.' तो कारकुनोत्तम

खेकसला.

— अपूर्व योग हेच खरं! सगळं पोस्ट–ऑफिस माझ्याभोवती गरगर फिरू लागलं. मस्तानी निघून गेली होती. राहिला होता बाजीराव. तोही दुसरा, आणि मस्तानीनं दिलेली गुलाबाची कळी!

✧

मेकॅनो

आम्हा मुंबईकरांना रस्त्यावरची गर्दी आणि लोकलला लोंबकळणरी माणसं ह्या दोन्ही गोष्टीचं आश्चर्य राहिलेलं नाही. सगळ्याचा सराव झाला आहे. कशाचंच कौतुक राहिलेलं नाही. दिवस आणि परिस्थिती ह्याच धक्काबुक्कीतून ढकलायची आहेत ह्याची प्रत्येकाला जाणीव आहे. पण मन:स्थिती बिघडलेली असली, की मग मात्र ह्या सगळ्याचा वैताग येऊ लागतो, चीड येते. रस्त्यावर चिटपाखरू दिसू नये अशी तीव्र इच्छा होते. ती इच्छा वेडगळपणाची आहे ह्याचीही जाणीव एकीकडे असते. मी आज असाच चिडलो. बायकोवर, मुलावर, परिस्थितीवर, पर्यायाने रस्त्यावरच्या गर्दीवर अन् लोकलला लोंबकळणाऱ्या माणसांवरही!

घरून रागावून स्टेशनवर आलो. घरी मीराचीही मन:स्थिती मी बिघडवली होती; स्वत:चीही बिघडवून घेतली होती! अशा मनाच्या बिघडलेल्या अवस्थेत सगळीकडे औदासीन्य दिसू लागलं! प्लॅटफॉर्मवर वावरणारा प्रत्येक जीव होरपळत आहे. हमखास उशिरा येणाऱ्या नऊ चोपन्नच्या लोकलची प्रत्येकजण वाट पाहात आहे. एकीकडे रेल्वे अधिकारी ध्वनिक्षेपकावरून बसक्या आवाजात, 'फूटबोर्डवर खडा होना खतरनाक है' वगैरे सूचना देतच होता. ध्वनिक्षेपकाकडे चिडून पाहात मी म्हणालो, 'इथं काय हौस आहे लोंबकळत प्रवास करायची?' — माझ्या ह्या वैतागाला काही लोक हसले, त्यांचाही मला राग आला. नाहीतर काय! सगळीकडे उपदेश व प्रश्न! उत्तरं देण्याची जबाबदारी आमच्यावरच! नऊ चोपन्नची गाडी दहा वाजून बारा मिनिटांनी आली. ह्याचा जाब कुणाला विचारायचा?

जेमतेम उभं राहायला जागा मिळाली. तीही फूटबोर्डवर! वळणावर गाडी वळल्यावर नेहमीचं दृश्य दिसलं. प्रत्येक फूटबोर्डावर माझ्यासारखे असंख्य जीव लोंबकळत आहेत, समोरून वेगाने येणारे विजेचे खांब चुकवीत आहेत आणि मनाशी म्हणत आहेत, 'एक दिवस आपण बॉसप्रमाणे हिलमनमधून हिंडणार आणि फूटबोर्डावर

लोंबकळणाऱ्या माणसांकडे नुसता दृष्टिक्षेप टाकून पुढे जाणार.'
बस! एवढीच आमची धाव! हीच आमची मर्यादा!
सकाळी मीराला हेच सारं पटवून द्यायचा माझा प्रयत्न होता. ७५-५-१००-८-१८०; ह्या स्केलवर काम करणाऱ्या माझ्यासारख्या कारकुनानं 'मेकॅनो' सारख्या खेळण्यात बावीस रुपये घालवावेत हे मला पटत नव्हतं. मीरा समजुतदार आहे. तिला हे सारं खुलासेवार सांगण्याची जरुरीही नव्हती. पण ही परिस्थिती गृहीत धरूनही मी विद्याधरसाठी 'मेकॅनो' आणावा असा तिचा हट्ट होता. मला ते वेड अव्यवहारीपणाचं वाटत होतं. शेजारच्या जोश्यांच्या दृष्टीनं मात्र ते पूर्ण व्यवहारीपणाचं ठरलं. त्यांना माझ्याचएवढा पगार आहे. तसं असूनही त्यांनी आपल्या मुलाला बावीस रुपयांचा मेकॅनो आणला. पण त्यांची परिस्थिती निराळी होती. बायकोच्या माहेरची त्यांना फार मोठ्या प्रमाणावर मदत होती. त्याच्याच जोरावर शेजाऱ्यांना जरासं हिणवावं या मनोवृत्तीची जोपासना झाली असल्यास नवल नव्हतं. त्या रंगीबेरंगी पट्ट्या आमच्या चिरंजीवांनी प्रथम तिथंच पाहिल्या होत्या. त्यांना त्याचं वेडही लागलं. जोश्यांची इच्छा सफल झाली. सकाळी जेवण झाल्यावर हातावर सुपारी देताना मीरा म्हणाली होती,
'ह्या पगाराला मेकॅनो आणलाच पाहिजे आपण.'
'ते कसं शक्य आहे? ह्या महिन्यात विमा-हप्ता भरायचाय.'
'तुम्ही दुसरी काहीही व्यवस्था करा, पण त्याला मेकॅनो आणाच.' मीरा म्हणाली.
'मीरा, तू असा हट्ट धरतेस ह्याचं मला नवल वाटतं! सगळ्या अडचणींची तुला पूर्ण कल्पना आहे. खरं म्हणजे तूच त्याची समजूत घालायला हवीस.' -मी म्हटलं
'किती दिवस समजूत घालायची अशी त्याची? किती वेळा आश्वासनं द्यायची? केव्हातरी त्याचं ऐकायला हवंच की! किती विश्वासानं बघतो तो आपल्याकडे.'
'सगळं कबूल! पण आपली...
'हो, पण त्या एवढ्याशा पोराला आतापासून संयमाच्या गप्पा शिकवायच्या का? किती वेळा आणि किती दिवस त्याला तीच तीच वाक्य ऐकवायची, 'दिसेल ती वस्तू मागू नये, हट्ट करू नये, म्हणून. परिस्थितीचं कौतुक मला आणि तुम्हांला. त्याला किती वेळा मन मारायला लावायचं?' 'कळत नाही तोपर्यंत करील हट्ट. पुढं आहेच संयम उभा आयुष्यभर.' मीरा म्हणाली.
'मग काय करू म्हणतेस?'
'ते मी काय सांगू? काहीतरी मार्ग काढायला हवा. पाहिजे तर उसने पैसे काढा.'
'ते जमायचं नाही.' मी ताडकन म्हणालो.
'तुम्हाला ते पटणार नाही. हे मला माहीत होतं. गेल्या महिन्यात थोडे पैसे जरी बाजूला ठेवता आले असते तरी मी ठेवले असते. तुमच्यापर्यंत आलेच नसते.

'पण आजच एवढं काय झालंय?'
'तेही तुम्हांला सांगणार नव्हते. तुम्ही एकदम डोक्यात राख घालून घेता. विद्याधरनं दोन पट्ट्या पळवून आणल्यात शेजारून.'
'काय सांगतेस?' – मी थबकून विचारलं.
'म्हणूनच म्हणते, काहीतरी मार्ग काढायला हवा. केव्हातरी त्याचीही इच्छा पूर्ण व्हायला हवी.'
'पण त्यासाठी तू सांगतेस तो मार्ग मला पसंत नाही.'
'त्याला काय झालं? खूप लोक उसने पैसे काढतात. तुमचे ते सामंत तर...'
'मला माहीत आहे. उसने पैसे मागणाऱ्या माणसाच्या मन:स्थितीची कल्पना मला जेवढी आहे तेवढी तुला नाही. तशा मन:स्थितीचा बळी होणं मला पसंत नाही.'
'अहो, पण पैसे उसने मागणं म्हणजे काही बुडवणं नाही. नड प्रत्येकाला असतेच की, त्या सामंतांनी तर कितीतरी वेळा आपल्याकडून उचल केली आहे. घरात अडचण सोसून तुम्ही त्यांना मदत केलीत, मग आता...'
'तू मला भलतेसलते उपाय सुचवू नकोस!'— मी जरा ओरडूनच म्हणालो. मीराचा चेहरा पडला. तिला त्याच अवस्थेत ठेवून मी ऑफिसात आलो.
ऑफिसात येऊन अर्धा तास झाला तरी शांत वाटेना. मीराचं मन दुखवून मी आलो होतो. विद्याधरनं मेकॅनोच्या पट्ट्या पळवाव्यात ही गोष्टही चांगली नव्हती. मीराचा आरोप खरा होता? घरात अडचण करून मी सामंताची नड भागवली होती. एकतर 'नाही' म्हणण्याची कला मला अवगत नाही आणि त्याचबरोबर पैसे मागताना सामंतचा चेहरा असा काही व्हायचा की 'नाही' म्हणायची कला अवगत असती तरी मला त्या त्या वेळी नकार देववला नसता.
एकदा कधी नवत मला पन्नास रूपयांची मनिऑर्डर आली. कोकणात कुठंतरी जमिनीचा एक लहानसा तुकडा आहे. त्याचा वारसा माझ्याकडे आहे. जमिनीचा तो तुकडा काळा की गोरा ते मी पाहिलेलं नाही. मी त्याचा वारस कसा काय ठरतो हेही जाणून घेण्याच्या फंदात मी पडलो नाही. त्या पन्नास रुपयांच्या प्रचंड भांडवलावर मी काही मनसुबे रचायच्या आतच सामंत आले. गळ घालून पैसे घेऊन गेले. तरीसुद्धा पैशांसाठी सामंतांच्या मागं तगादा लावावा असं माझ्या मनात आलं नाही. पैसे बुडवण्याच्या वृत्तीतले सामंत असते तर मला माझ्या पैशाची धास्ती वाटली असती, पण त्यांची तशी वृत्ती नव्हती. म्हणूनच पैशासाठी त्यांच्या मागे तगादा लावणं मला अमानुषतेचं वाटत होतं. तथापि, आज मीराचा आणि विद्याधरचा विचार केल्यावर मात्र मी ठरवलं की मेकॅनोच्या किंमतीइतकी रक्कम सामंतांकडे मागायची– !
हा निर्णय घेतल्यावर मला जरा शांत वाटलं.

काय गंमत असते पण ! ऑफिस सुरू होऊन एक तास झाला तरी सामंतांचा पत्ता नव्हता. सुमारे दीड तासानं एक सोळा–सतरा वर्षांचा मुलगा ऑफिसात आला. ऑफिसातल्या प्रत्येक व्यक्तीचं लक्ष त्यानं आपल्याकडे वेधून घेतलं. पांढरे स्वच्छ बँडबॉक्सचे कपडे, भारी नेकटाय, चकचकीत बूट, हाताला घड्याळ, खिशाला पार्कर पेन ह्या त्याच्या थाटानं प्रत्येकजण काम थांबवून त्याच्याकडे पाहात राहिला. हेडक्लार्क दामल्यांना एक चिठ्ठी देऊन तो ताबडतोब निघून गेला.

'कोण हो तो?' — मी दामल्यांना विचारलं.

'आपल्या सामंतांचा मुलगा. सामंत आजारी आहेत, आज येणार नाही म्हणून सांगत होता.'

मी पटकन खुर्चीवरून उठलो. धावत बाहेर पडलो. लिफ्ट वर येण्याची वाट बघत सामंताचा मुलगा लिफ्टशी उभा होता. त्याच्याजवळ जात मी म्हणालो,

'दोन मिनिटं जरा थांब. मला सामंतांना भेटायचं आहे. मी साहेबांची परवानगी घेऊन येतो.'

दामल्यांना सांगून बाहेर पडलो. सामंतांचा मुलगा थांबला होता. पण त्याच्या चेहऱ्यावर नाराजी स्पष्ट दिसत होती. रस्त्यावर आल्यावर मी त्याला विचारलं, आणखी कुठं कामाला जायचं होतं का तुला?'

'हो पिक्चरला जायचं होतं बाराच्या शोला.'

'सामंत आजारी आहेत ना?' — मी साश्चर्य विचारलं.

'आहेत, पण एवढे नाहीत. आणि तिकिट मी चारपाच दिवसांपूर्वीच काढलेलं आहे.'

'मग तू घर कसं दाखवणार? आत्ता साडेअकरा वाजलेत.' टॅक्सीला हात करीत तो म्हणाला,

'आपण टॅक्सीनं जाऊ.'

–मला लाजल्यासारखं झालं. माझ्यासाठी त्याला टॅक्सी करावी लागली. मला पाहून सामंतांना खूप नवल वाटलं.

–'आजारी आहां असं समजलं, म्हटलं पाहून यावं.'

'तसा मी चांगला आहे. खूप दिवसात रजा घेतली नव्हती. सकाळी जरा अंग मोडून आलं, कसर वाटली; राहिलो घरी' सामंतांनी खुलासा केला.

'बाबा मी जाऊ? मला उशीर होतोय. त्यांच्या मुलीनं मध्ये विचारलं. 'जा, जा.'

'आता काय सुरुवात तर जाणारच पिक्चरची. महत्त्व होतं सगळं सुरुवातीलाच.' मुलगा कुरकुरला.

'बरं मग, तुझं म्हणण तरी काय?' –सामंतांनी विचारलं.

'मला थोडे पैसे द्या. मी टॅक्सीने जाईन. पुनः मग वर्षात सिनेमाचा हट्ट करणार

नाही.'
सामंत शांतपणे उठले. त्यांनी मुलाला दोन रुपयांची नोट दिली. मुलगा उड्या मारीत निघून गेला. त्याच्याकडे समाधानानं पाहात सामंत घरात गेले. मी मनात विचार केला, आज सामंत आपली मागणी पुरी करतील! सामंत बाहेर आल्यावर मनाची तयारी करून मी म्हणालो,
'सामंत, माझं एक काम होतं. मला आज दहा रुपयांची अत्यंत निकड होती.'
'तुम्हांला खोटं वाटेल, पण आत्ता मी दिली ती शेवटची नोट. औषधाला पैसे हवे होते पण तेही राहिलेले नाहीत. मीच विचारात पडलोय काय करावं म्हणून.'
मी गप्प बसलो. चहापान आटोपल्यावर मीच त्यांना दोन रुपये दिले आणि तिथून बाहेर पडलो!
सबंध दिवसाचं 'बॅलन्स–व्हील' तुटलं होतं–दुसरं काय!
आणि दुसऱ्या दिवशी ऑफिसात बातमी येऊन थडकली;
–'सामंत वारले.'
सगळेजण माझ्याभोवती गोळा झाले. 'फार आजारी होते का?'
'तुम्ही काल गेला होतात तेव्हा किती ताप होता? डॉक्टर कोणते?' –एक ना दोन–प्रत्येकाच्या प्रश्नाच्या सरबत्तीला मला तोंड द्यावं लागलं. ऑफिस लवकर बंद झालं. घरी जाताना मला प्रश्न पडला–आता मीरा विचारणार, 'आपल्या पैशाचं काय झालं?' – तरी तिला मी कालच आणखी दिलेल्या दोन रुपयांची गोष्ट माहीत नव्हती.
सामंतांच्या घरच्या मंडळींना भेटायला जायचं असं म्हणता–म्हणता दहा पंधरा दिवसांचा कालावधी लोटला. 'जाऊ या, जाऊ या,' असं प्रत्येक जण म्हणत होता. पुढाकार कोणीच घेत नव्हता. अजून मीरा मेकॅनोबद्दल विसरली नव्हती. ती काही बोलून दाखवत नव्हती, इतकंच. विद्याधर पण गप्प गप्प होता. सकाळी उठतानाच विचार आला तो सामंतांचा! त्यांना उसने दिलेल्या पैशांचा मी हिशेब ठेवलेला नव्हता. आणि आता ह्यापुढे ठेवून उपयोगही नव्हता. सकाळचा चहा चालला असतानाच दारावर कुणीतरी टिचक्या मारल्या. मीरानं दार उघडलं.
'साहेब, आजपासून पेपर मी टाकणार. आपलं नाव सांगून ठेवा.'
मी माझं सबंध नाव सांगितलं. त्या मुलाचा चेहरा पटकन बदलला. तो एकदम बोलून गेला,
'आलं लक्षात... आपलं नाव मी वाचलंय.'
माझ्यासारख्या सामान्य कारकुनाचं नाव ह्या मुलाच्या वाचनात कसं आणि कुठून आलं, ह्याचं आश्चर्य वाटून मी विचारलं,
'कुठं वाचलंस?'–

'माझ्या वडिलांच्या वहीत. आपले काही पैसे देणे आहे. वडिलांच्या वहीत नोंद आहे त्याची.'
हातातला कप खाली ठेवत मी विचारलं,
'म्हणजे तू.'
'सामंतांचा मुलगा. माझं नाव सुरेश.'
'ये, आत ये, जरा चहा घेऊन जा.' मी आपुलकीने म्हटलं.
'नको, पेपर टाकायला उशीर होईल मला.'
'अरे ये. चहा तयार आहे. आणि मी काही कुणी परका नाही. तुझ्याच वडिलांबरोबर काम करीत होतो.'
— मी माझा कप त्याच्यासमोर ठेवला.
'कितवीत आहेस?'
'दहावीत.'
'आणखी एक मोठा भाऊ आहे ना तुला?' त्याच्या खोल गेलेल्या डोळ्यांकडे पाहात मी विचारलं.
'हो. तो मॅट्रिकला बसलाय.
'त्याला टायपिंग वगैरे येतं का?
'नाही.'
'तुला जमलं तर बघ. आत्तापासूनच शिकू शकलास टायपिंग तर मॅट्रिकनंतर टायपिंग शिकण्यात दिवस वाया जाणार नाहीत. पेपर वगैरे विकणं तितकसं चांगलं नाही. फार दगदगीचं काम आहे ते. तुला त्यात श्रम फार होतील.'— मी सहानुभूतिपूर्वक त्याला सुचवलं.
'श्रम तर काय प्रत्येक बाबतीतच आहेत. वडिलांची आम्हांला शिकवण आहे, श्रमांखेरीज मिळतो तो खरा पैसा नाही आणि प्रामाणिकपणे केल्यास कोणताही धंदा वाईट नाही.'
चहा घेऊन सुरेश निघून गेला. ऑफिसात जाईपर्यंत मी त्याची वाक्यं पुन:पुन्हा आठवीत राहिलो. 'श्रमांखेरीज पैसा मिळतो तो खरा पैसा नाही. आणि प्रामाणिकपणे केल्यास कोणताही धंदा वाईट नाही...'
ऑफिसात पोचलो तेव्हा बर्वे काहीतरी सांगत होता. तिघेचौघे त्याच्याभोवती जमले होते. मीही त्यात सामील झालो.
'घरातला कर्ता पुरूष गेला की संपलं सगळं! बाकीच्यांचे हाल बघवत नाहीत मग.' बर्वे म्हणाला.
'कुणाचं सांगतोयस?' — उशिरानं सामील झाल्याने परांजपेने पुनः विचारलं.
'सामंतांचं सांगत होतो. आज सामंतांचा सगळ्यात धाकटा मुलगा रस्त्यावर ब्लेड्स

विकत होता. 'घ्या घ्या' म्हणून मागं लागला. सामंतांचा मुलगा म्हणून मी एक पाकीट घेतलं. त्याला दोनची नोट दिली. सुटे पैसे नव्हते तेव्हा मुद्दाम बाकीचे पैसे राहू देत म्हणालो. त्यानं मला थांबवलं. शेजारच्या दुकानातून मोड आणली. उरलेले पैसे देताना एवढंच म्हणाला, 'बाबांनी सांगितलंय, दयेवर जगू नका; दुबळे व्हाल.'
मी त्यांना मग सुरेशची हकीकत सांगितली. पिंगळे मग म्हणाला,
'अरे, एकदा भेटायला जायला हवं रे!'
'अरे, अशा कामात नेहमी पुढाकार घेणारा मी. पण त्या वेळी का गप्प बसलोय सांगू का? सामंतांनी माझ्याकडून काही रक्कम उसनी घेतली होती. आपण भेटायला जायचं आणि त्यांच्या बायकोला निराळंच काही वाटायचं.' मी म्हटलं.
'तुझं म्हणणं खरं आहे. पण ती असा विचार करायच्या मन:स्थितीत नसेल.
'मीही गप्प बसलोय. माझ्याकडून पैसे घेतले होते त्यांनी. 'लिमये म्हणाला.
'एवढ्या पैशाचं ते काय करीत होते कुणास ठाऊक! व्यसन तर कसलंच नव्हतं.'
'आणि ज्या दिवशी त्यांनी, माझ्याकडून पैसे घेतले त्याच दिवशी ते मेट्रोमध्ये सहकुटुंब भेटले.' लिमयेने तपशील पुरवला.
'परवा मुलाचा रुबाब पाहिलास ना?'
'तर! आमच्या मुलाला मी अजून वूलनची पँट शिवू शकलो नाही.'
'आणि मेकॅनोसाठी तर माझ्या मुलानं वेड घेतलंय.' मी माझी व्यथा सांगितली.
तेवढ्यात कुलकर्णी आला. पाठोपाठ सुळे, लेले, भागवत, सगळेच आले. प्रत्येकाकडून सामंतांनी काही ना काही रक्कम घेतलेली होती. कोणीच भेटण्यासाठी पुढाकार घेत नव्हता. भेटायला जायला हवं ह्याबद्दल दुमत नव्हतं. शेवटी ऑफिस सुटल्यावर संध्याकाळी सगळ्यांनी मिळून भेटायला जाण्याचं ठरवलं!
संध्याकाळी आम्ही सगळे सामंतांच्या घरी गेलो. पंधराच दिवसांपूर्वी प्रत्यक्ष सामंतांशी मी बोललो होतो ह्याची आठवण होऊन माझ्या पोटात ढवळून आलं. सामंतांच्या मोठ्या मुलानं दार उघडलं. त्या दिवशीच्या त्याच्या पोशाखात आणि आजच्या पोशाखात महदंतर होतं. आम्हांला बसायला सांगून तो बाहेर गेला. जरा वेळानं वहिनी बाहेर आल्या. त्यांचा चेहरा खूप उतरलेला होता. डोळे खोल गेलेले होते. आता ह्यापुढं एकटीला जीवन पाहायचं–घडवायचं आहे ह्याचीही त्यात जाणीव होती. सुरुवात कशी करावी ह्याचा प्रत्येकाला प्रश्न पडला होता. शेवटी वहिनींनीच सुरुवात केली. माझ्याकडे पाहात त्यांनी विचारलं.
'परवा आपणच आला होतात ना?'
'हो. असं काही घडेल ह्याची स्वप्नातसुद्धा कल्पना नव्हती तेव्हा.'
'कुणालाच नसणार म्हणा!' – गोखले पटकन म्हणाला आणि नंतर काय म्हणावं ते न कळून गप्प बसला. परत वहिनींनीच सुरुवात केली.

'आपल्यापैकी कुणालाच नव्हती आणि नसणारच. पण माझी अशी कल्पना आहे – किंवा खात्रीच आहे म्हणा, त्यांना स्वत:ला मरण समजलं होतं.'

आम्हा सगळ्यांच्या चेहऱ्यावर आश्चर्य दिसलं. वहिनी पुढे म्हणाल्या.

'जाण्यापूर्वी त्यांनी विजयला जवळ बोलावलं. त्याला सगळी परिस्थिती समजावून दिली. त्यातल्या त्यात लोकांचं देणं किती आहे ह्याची पूर्ण कल्पना दिली; आणि त्याच्या उभ्या हयातीत एकाही माणसाचं देणं ठेवणार नाही ह्याची त्यांनी त्याच्याकडून हमी घेतली.'

'त्याचं एवढं काय विशेष होतं?' – भारावून जात पिंगळे म्हणाला.

काहीशा निग्रहानं वहिनी पटकन म्हणाल्या,

'तो तुमच्या सर्वांच्या मनाचा मोठेपणा आहे. माझ्या आठवणीत त्यांना ह्या गोष्टीची सदैव जाणीव होती. नेहमीच कुणा ना कुणाकडून ते पैसे उसने आणीत. त्यांचा दृष्टिकोण या बाबतीत इतरांपेक्षा निराळा होता. कुणालाही पटकन – नव्हे, केव्हाच न पटण्यासारखा होता. खुद्द मला तो कधीच पटला नाही. पण मध्येच ही घटना घडल्यावर, आता मी जेव्हा त्याचा विचार करते – तेव्हा तो तितकासा चुकीचा होता असं मला म्हणवत नाही. ते मला म्हणायचे, मी कारकून आहे. माझ्या शक्तीची, मर्यादेची मला पूर्ण कल्पना आहे. माझी चाकोरी मला पसंत नसली तरी मला तिच्याबाहेर पडता येणार नाही. अर्थात तेवढ्यासाठी मी माझ्या मुलांची कुचंबणा होऊन देणार नाही. ह्या वयात त्यांचं उमलणारं मन उमलायच्या पूर्वीच मारलं जात नाही ना हे मी प्रथम पाहीन. त्यांना आतापासूनच संयमाचे डोस पाजणार नाही. — आणि ह्या अशा विचारसरणीपायी त्यांनी मुलांचा प्रत्येक हट्ट पुरवला आहे. इतर कुठल्याही कारकुनाच्या मुलांना जी सुखं कल्पनेनं अनुभवता आली नाहीत ती माझ्या तीनही मुलांनी प्रत्यक्षपणे चाखली आहेत. अर्थात त्यासाठी ज्या मार्गाचा अवलंब कुणीही केला नसता त्या मार्गानं ते जात होते. मी त्यांना प्रत्येक वेळी म्हणावं, 'तुमच्या ह्या जगावेगळ्या वेडापायी तुम्ही देण्याचं ओझं खूप वाढवीत आहात.' त्यावर त्यांनी नेहमीचे विचार मांडीत म्हणावं,

'माझ्या अंगात जिद्द आहे, मी कर्ज फेडायला समर्थ आहे. दुर्दैवानं माझं काही कमीजास्त झालं – तर माझी मुलं ती जबाबदारी स्वत:ची म्हणून डोक्यावर घेतील. ती माझ्या रक्ताची आहेत, चांगल्या पिंडाची आहेत. मी त्यांना चांगलं शिक्षण दिलंय, उत्तम संस्कार केलेत, त्यांचे लाड पुरवताना ती शेफारून जाणार नाहीत ह्याचीही दखल मी घेतली आहे...' मी मग गप्प बसायची. आणि आता तुम्हांला नवल वाटेल पण माझ्या तीनही मुलांनी माझ्या अपरोक्ष कामधंदा पाहिलेला आहे. तुम्हांला त्यांचा अनुभव नाही, पण ह्या वयात त्यांना एवढी समज आली असेल ह्याची मलाही कल्पना नव्हती. ज्योतीची शक्ती समजण्यासाठी अंधारच व्हावा

लागतो!'
'ह्यांची विचारसरणी चुकीची होती का बरोबर होती हे मी आता सांगत नाही, सांगणं बरोबरही ठरणार नाही, सगळ्या लोकांचं देणं ज्या दिवशी फिटेल त्या दिवशी मी ह्या संबंधी बोलणं बरं होईल.'
'तुम्ही देण्याघेण्याची एवढ्यात कशाला काळजी करता पण? आम्हापैकी कुणाचंच त्याबद्दल काही म्हणणं नाही.' मी मध्येच म्हणालो. पूर्वीच्याच संथपणे तथापि करारीपणाने वहिनी म्हणाल्या,
'मला त्याची मुळीच काळजी नाही. तिन्ही मुलांच्या कर्तृत्वावर माझा पूर्ण विश्वास आहे. एकदम तिघेही कर्ते पुरूष झाल्यासारखे वावरत आहेत. वडील असताना आपण खूप मजा केली आहे ह्याची जाणीव त्यांना या वयात त्यांच्या त्यांच्या विचारशक्तीप्रमाणे आहे, आणि ती गोष्ट खोटी नाही. माझ्या मोठ्या मुलाला घड्याळ आहे, चांगलं पार्कर पेनही आहे. पेनवरून आठवण झाली. मागं एक प्रसंग घडला होता. –आमचा विजू–मोठा मुलगा–लहान होता. ह्यांच्या मित्राचं पेन त्यानं चोरलं. आम्हा दोघांच्या लक्षात ती गोष्ट आली. आम्ही ठरवून विजूशी अबोला धरला. त्याला ते असह्य झालं. पाया पडून त्याने अपराध कबूल केला. ह्यांनी त्याला शिक्षा न करता चिट्ठी देऊन त्याच मित्राकडे पाठवलं. चिठ्ठीत ह्यांनी मित्राला कळवलं होतं. 'विजूनं गुन्हा तुमचा केला आहे. तेव्हा शिक्षा करण्याचा अधिकार तुमचा आहे.' त्या मित्राने उलट ह्यांना कळवलं, अशा तऱ्हेची चूक, मोह, मुलाला पुन: होऊ नये एवढ्यासाठी त्याला चांगलं भारी पेन घेऊन द्यावं आणि ते पेन हरवल्यास त्याला काय वाटेल हे त्याला विचारावं.' — ह्या घटनेपासून कसा कुणास ठाऊक, पण जीवनाकडे बघण्याचा ह्यांचा दृष्टिकोण, विचारसरणी पार पार बदलली. कुठून तरी त्यांनी पैसे उभे केले, विजूला पेन आणलं.'
कुणी तरी हाक मारली असावी. वहिनी आत गेल्या. ऐकलेली हकीकत आणि समजलेला एक निराळा दृष्टिकोण ह्यामुळे आम्ही सगळे भारावून गेलो. ऑफिसात कधी चहाचा कप न घेणारे, साधारण गबाळ्यासारखेच वावरणारे सामंत... होय. आता सामंत ह्या जगात नाहीत सामंत गेले, पण गेले कसले? – विलक्षण विचारसरणीच्या रूपाने ते अजून ह्या घरात आहेत.
वहिनी लगेच बाहेर आल्या. त्यांच्या हातात एकदोन वह्या होत्या. माझ्या हातात त्या वह्या देत वहिनी म्हणाल्या,
'पाहा वह्या. ह्यात सगळे हिशोब आहेत. वेळोवेळी निरनिराळ्या लोकांकडून घेतलेल्या पैशांची त्यात नोंद आहे. एका बाजूला साधारणपणे ते पैसे कधी फेडू शकतील ह्याचा अंदाज आहे.'
मी त्यातली एक वही उघडली. आमच्या सर्वांची नावं तीत होती, उसने घेतलेल्या

रकमांचे आकडे होते. सर्वांत नवलाची बाब म्हणजे आमचे पत्तेही त्यात होते. पंधराच दिवसांपूर्वी दिलेल्या दोन रुपयांची नोंदही माझ्या नावापुढे तारखेसह होती. वहिनी दाटलेल्या आवाजात म्हणाल्या,

'बहुतेक सर्व त्यात आहे. त्याशिवाय काही राहिलं असेल तर सांगा मोकळेपणी. वहीत साधारणपणे तारखा लिहिल्या आहेत त्या त्या दिवशी पैसे फेडले जाण्याची खटपट करणार आहे. नाहीच जमलं तर रागावू नका. थोडी सवड द्या.'

आमच्याजवळ शब्द नव्हते. निरोप घेऊन बाहेर आल्यावर मी गोखलेला म्हणालो,

'मी जरा पुढे जातो.'

'का रे, एवढी घाई का? कोपऱ्यावर चहा घेऊ मग जा.'

'नको, उशीर होतोय. दुकान बंद व्हायच्या आत घरी पोचायचं आहे.'

'काही विशेष?

'नाही बुवा, साधंच.'

'तरी पण?'

'छोकऱ्यासाठी एक 'मेकॅनो' घ्यावा म्हणतोय.' मी म्हणालो.

स्त्रीहट्ट

खूप दिवसांची जुनी मागणी आज सौ.नं. नव्यानं सुनावली. तिला घरात एक रेडिओ हवा होता. त्यासाठी ती कोणताही त्याग करायला तयार होती. रेडिओ घेण्याची आपली ऐपत नाही हे जाणत असतानाही ती ही इच्छा दाबून ठेवू शकत नव्हती. रेडिओ घेतल्यापासून पुढील एक वर्षात गावात कितीही उत्कृष्ट सिनेमा आला तरी तो बघणार नव्हती. माहेरचे निरोपावर निरोप आले तरी ती माहेरी न जाता चक्क पंधरा रुपये प्रवासखर्च वाचवणार होती. एवढंच नव्हे, तर तिच्या मैत्रिणींनी महिन्यातून तीनतीन पातळे घेतली तरी ती एकसुद्धा पातळ मागणार नव्हती. आणि ह्याशिवाय आणखीन काही त्यागाच्या गोष्टी आठवल्या की, चारपाच दिवसांनी ती मला त्या नियमानं ऐकवीत असे! आज मी ती बाब मनावर घ्यायचं ठरविलं आणि त्या दृष्टीनं रेडिओ घेतल्यास पुढं कोणकोणत्या गोष्टी होण्याचा संभव आहे हे मी तिला सांगू लागलो.

'हे बघ, तुझ्या आग्रहास्तव मी रेडिओ घ्यायला तयार आहे. पण त्यापासून होणाऱ्या फायद्यातोट्यांचा विचार आपण दोघांनी नीटपणे केला पाहिजे.'

'त्यात तोटे काय आहेत? सर्व फायदेच तर आहेत!'

'हे पाहा, असं लिप्टन चहाच्या जाहिरातीप्रमाणे, तो रुचकर आहे, हिवाळ्यात गरम व उन्हाळ्यात थंड आहे, वगैरे वगैरे नुसते फायदेच नको सांगूस!'

'ठीक आहे. तुम्ही त्यातले तोटे सांगा!'

'हे बघ, रेडिओ, इस्त्री, शिवणाचे यंत्र, गजराचं घड्याळ, थर्मामीटर, शेकायची पिशवी, सायकल इत्यादी गोष्टींचा-उपयोग स्वत:ला होण्यापेक्षा दुसऱ्यालाच जास्त होतो. त्या गोष्टी वापरायला नेल्या जातात व मोडून येतात. त्या वारंवार दुरुस्त करून घेण्याची ऐपत आणि सहनशक्ती ह्या दोन गोष्टी आपल्याजवळ पाहिजेत. नाहीतर सडेतोड स्पष्टवक्तेपणा हवा. स्पष्टवक्तेपणा असल्यास शेजाऱ्यांशी वाकड

व सहनशक्ती असल्यास आपल्याच खिशाशी वाकडं, असा हा पेच!'
'आपल्याकडे शेजारीपाजारी फारसे कुठे येतात?'
'रेडिओ घेतल्यावर येतील!'
— काही काळ शांततेत गेला. माझे मुद्दे तिला पटले होते. पडलेल्या चेहऱ्यानं ती विचार करू लागली. मला तिची कीव येऊन मी म्हणालो,
'बरं जाऊ दे. पुढच्या महिन्यात आपण घेऊन टाकू रेडिओ. पण आर्थिक परिस्थितीचा काय अंदाज आहे?'
'काही नको रेडिओ! आपण रेडिओ घेणार आणि चैन होणार शेजाऱ्यापाजाऱ्यांची!'
'मग आपण असंच करू! आपण शेजारच्या काकूंनाच घ्यायला लावू रेडिओ!'
— सौ.नं. निषेधाची मान डोलावली, पण आलेलं हसं मात्र तिला दाबता आलं नाही.
'तुझ्याकडे किती पैसे शिल्लक आहेत?'
'दोन रुपये आठ आणे!'
'हात्तिच्या, आता फक्त तीनशे साडेनव्याण्णव रुपयेच हवेत म्हणायचे!'
'तुम्हाला जेव्हा तेव्हा थट्टाच सुचते. मला 'पॉकेटमनी' म्हणून तुम्ही दरमहा किती रक्कम देता म्हणून मी जास्त शिल्लक टाकायची?'
— तिचा प्रश्न खरा होता. माझा आवाज घोगरा झाला.
'शालन, तुला जर मी काही दरमहा पॉकेटमनी देऊ शकलो असतो तर वाण्याची उधारी ठेवली नसती ग.'
तोंडातून नको ते वाक्य निघून गेल्याची जाणीव शालनला बोलल्यावरच झाली होती. माझ्या उत्तरानं तिचे डोळे भरून यायला वेळ लागला नाही.
— पण प्रत्येक वेळेला रडणाऱ्याचं सांत्वन करता येतंच असं नाही. त्याची जाणीव रडणाऱ्याला नसते. केव्हाही आपले डोळे कोरडे करायला आपली आवडती व्यक्ती जवळ यावी असं तिला वाटतं. पण काही वेळेला रडण्यापेक्षा सांत्वन करणाऱ्या माणसावरच जास्त ताण पडलेला असतो.
मी तिथून उठून बाहेरच्या खोलीत गेलो.
जेवण करून ऑफिसला जाईपर्यंत विशेष बोलणं झालं नाही. पण मी पायात चपला सरकविताना शालन जवळ आली, सुपारीसाठी पुढे केलेल्या हातात तिनं दोन सोन्याच्या बांगड्या ठेवल्या.
'ह्याचा रेडिओ आणा!'
'पूर्ण विचार केलास का?'
'होय!'
'All right, your honour.'

दोनच दिवसांनी आमच्या चाळीला भूकंपाचा हादरा बसला! बसक्या नाकाच्या पण नेहमी आपल्याच गुर्मीत असलेल्या शेजारच्या काकू, नुसते बसून खाणारे पण स्वत:ला माऊण्टबॅटन समजणारे वामनराव, काव्य म्हणजे काय हे न समजणारे पण 'टेनिसन' लाही लाजवू शकू अशी हमी देणारे कवी प्रकाश, मद्रासी राघवैय्या, इत्यादी खास प्रेक्षक बाल्कनीतून मी व माझ्यामागून रेडिओ घेऊन येणाऱ्या पाटीवाल्याकडे डोळे फाडून पाहात होते. त्या सर्वांना तोंड देऊन मगच मला माझ्या खोलीकडे जाता येणार होतं!

त्या सर्व दिव्यातून मी कसा काय पार पडलो हे सांगण्यासाठी मला निराळी कथा लिहावी लागेल. एवढं मात्र खास की, त्या दिवशी मला अभिमन्यूच्या कौशल्याची थोडीशी कल्पना आली.

रेडिओची प्राणप्रतिष्ठा झाल्यावर, नवरानवरीला पाहण्यासाठी आजुबाजूची माणसं जशी दबकत दबकत येऊन जातात तद्वत् वेळात वेळ काढून सर्वजण रेडिओ पाहून गेले. भल्याबुऱ्या प्रशस्तिपत्रकांची रेडिओवर 'फुले' उधळण्यात आली. चाळीत 'हक्काचा (?)' रेडिओ आला अशा शब्दांनी खिरापत वाटण्यात आली. 'वसंतराव, भारीच बुवा शौकिन!' इत्यादी स्तुतिसुमनांचा धूपही जाळण्यात आला आणि एवढी सेवा करून घेतल्यावर रेडिओतून प्रसन्न आवाज आला, 'हम बम्बईसे बोल रहे है!'

दुसऱ्या दिवशी रेडिओतील सकाळच्या सनईवादनानं चाळ जागी झाली. नऊ वाजेपर्यंतचा वेळ रेडिओच्या आसपासच गेल्यामुळे स्वयंपाकाला वाटाण्याच्या अक्षता मिळाल्या! कोणाची टूथपेस्ट चांगली, सध्या मशहूर हकीम कोणत्या गावाला आहेत, मस्तक शांत राहण्यासाठी कुठलं तेल चांगलं, वगैरे रेडिओ–सिलोनच्या व्यापारी विभागानं दिलेले कळकळीचे सल्ले ऐकूनच मी ऑफिसला गेलो.

संध्याकाळी ऑफिसातून घरी आलो तो बाहेरच्या खोलीला जत्रेचं स्वरूप आलं होतं. ध्वनिमुद्रिका चालू होत्या म्हणून पंधरा ते वीस वर्ष वयाचे प्रेक्षक तल्लीन झाले होते. दहा मिनिटांनंतर चालू होणाऱ्या गावकरी मंडळात कीर्तन होतं म्हणून 'काकू, माई' वगैरे तत्सम मंडळी पण हजर होती. आणि ह्या साऱ्या घोळक्यात आमचं 'कलत्र' मंगळागौरीच्या चौरंगाप्रमाणं मध्यभागी बसलं होतं. संध्याकाळचा चहा हुकला आणि रात्रीचं जेवण पिठलं–भातात उरकलं गेलं!

दुसऱ्या दिवशी चाळीतील शेजाऱ्यांनी आपलेपणानं रेडिओची जबाबदारी उचलली. उजाडताच वामनराव घरात घुसले आणि दिवसभर होणारे कार्यक्रम त्यांनी मला कर्तव्यबुद्धीने सांगायला सुरुवात केली. किती वाजता कोण गाणार आहे, किती वाजता चर्चा आहे, हवामानखात्याचा अंदाज किती वाजता ऐकायला मिळेल वगैरे

कार्यक्रम ते मला 'झलक' प्रमाणे सांगू लागले. अर्थात त्यांचं चहापान माझ्याबरोबर झालं. रेडिओचा हा एक तोटा मी साफ विसरलो होतो.

साडेआठच्या सुमाराला मी दाढी करत असतानाच कविवर्य प्रकाश माझ्या खोलीत आले.

'वसंतराव, ऑफिसला जाताना 'मुंबई' लावून जाल का? दुपारी वनिता-मंडळ ऐकायचं आहे.'

— माझा हात थबकला. साबणाच्या जाड थरामुळे कविवर्यांना माझ्या चेहऱ्यावरचं आश्चर्य दिसलंच नसावं. त्यांनी पुढे पुस्ती जोडली.

'नाही, अशा वस्तू एक हाती असाव्यात म्हणून सांगितलं- !' माझ्याच रेडिओच्या काळजीसाठी मला तसं करणं क्रमप्राप्त होतं.

संध्याकाळी ऑफिसातून घरी आल्यावर सहज गॅलरीत बांधलेल्या रेडिओच्या' एरिअल'कडे माझी नजर गेली, तर काय मौज! त्या एरियलवर काकूंचं पातळ, त्याच्या शेजारी एक सदरा, त्याच्यापुढं लगेच एक पोलकं, त्याच्यापुढं लहान मुलांचे दोन लंगोट व मध्ये काही अंतर सोडून राघवैय्याची तेलकट लुंगी, इतके कपडे वाळत टाकले होते. रेडिओच्या 'एरिअल' चा हा 'डबलरोल' पाहून कोणीही थक्क झाला असता! बाहेर येऊन मी त्या कपड्यांकडे पाहात असतानाच काकू बाहेर आल्या व समाधानपूर्वक आवाजात म्हणाल्या,

'किती दिवस झाले, 'ह्यांना' सांगते आहे गॅलरीत एक तार ठोकून द्या कपड्यांसाठी! पण ऐकतं कोण? आयतीच सोय झाली आमची.'

— मी न बोलता सगळे कपडे काढून त्यांच्या घरात नेऊन ठेवले. त्या प्रकारामुळे रात्रीपर्यंत आम्हाला रेडिओचा कार्यक्रम ऐकू आला नाही! एवढं काकू बोलत होत्या.

दोन दिवस कुणीही रेडिओ ऐकायला आलं नाही. पण शनिवार उजाडताच सगळेजण पुन्हा आपोआप नकळत जमले. रात्री साडेनऊ वाजता- कवायतीला एकेक शिपाई मैदानावर हजर व्हावा तद्वत्— एकेकजण खोलीत येऊन हजर झाला! राष्ट्रीय कार्यक्रम! रात्री झोपायला साडेबारा वाजले. जागरण हा न आठवलेला आणखी एक तोटा!

रविवारी तर कहरच झाला. सकाळी साडेदहापर्यंत अगोदर मुंबई व नंतर सिलोन! चाळीतल्या सगळ्या रहिवाश्यांचे 'संगीत-प्रेम' मी रेडिओ घेतल्यावरच जागं झालं होतं, ही लक्षात ठेवण्यासारखी गोष्ट होती. दुपारी दोन ते साडेतीन रेडिओवरील विविध भारती व पाकिस्ताननं डोकं उठवलं. साडेपाच वाजता गंमत-जंमत ऐकायला लहान लहान 'निष्पाप (?)' मुलं जमली. तो कार्यक्रम संपून सगळेजण जातात न जातात तोच वामनराव दंतपंक्ती विचकत येत म्हणाले,

'आज सौभद्र नाटक होणार आहे देवा! जेवण लवकर आटपा म्हणजे निश्चिंतपणे नाटक ऐकायला मिळेल.'

तोच शालन बाहेर येत म्हणाली,

'स्वयंपाक तयार आहे!' मी झटकन म्हणालो, 'व्हेरी सॉरी वामनराव. आज आम्हांला बाहेर जायचं आहे. फार जरुरीचं काम आहे. तेव्हा मला गेलंच पाहिजे.'

'हरकत नाही. तुम्ही स्टेशन लावून जा. आम्ही ऐकत बसू!'

— धोबीपछाड पेचात पहिलवान जसा आपटला जातो तद्वत् मी साफ आपटलो! नाटक ऐकण्याचं सौख्य तर गमावलंच, पण त्याशिवाय जेवण झाल्याबरोबर तडफडत बाहेर जावं लागलं.

बाहेर पडल्यावर मी शालनला म्हणालो,

'मी कुलूपच लावणार होतो!'

'तसं कसं करता येईल? आपल्या घराला आपण रंग लावून घेतला तेव्हा तब्बल दीड ते दोन तास आपण त्यांच्याच घरात तळ ठोकला होता!'

'ते सगळं खरं आहे! पण रोज रोज जागरणं तरी किती करायची?'

'त्याला काय इलाज? मागं तुम्ही फिरतीवर गेला होतात आणि इकडे मी आजारी पडले, तेव्हा शेजारच्या काकू रात्रभर माझ्या उशाशी येऊन बसल्या होत्या.'

— तिचं म्हणणं खरं होतं. आमच्या साधारण परिस्थितीमुळे प्रत्येकाचे आमच्यावर असे काही उपकार झाले होते की, आम्ही त्यांना कोणत्याही तऱ्हेने दुखवू शकत नव्हतो. वेळी अवेळी उपकार करून करून, संबंध वाढवून त्यांनी आम्हाला अशा काही पातळीला आणून ठेवलं होतं की, आता आम्ही त्यांच्या कोणत्याही मागणीला 'नाही' म्हणू शकत नव्हतो. पण त्या उपकारांची फेड अशा तऱ्हेने करणं मला केव्हाही महागात पडले असते.

रात्री पुन्हा रेडिओ बंद करण्यासाठी म्हणून आम्हाला साडे अकराच्या आत घरी परतणं आवश्यक होतं. आम्ही परतलो.

महिना बदलला. इलेक्ट्रिकचं बिल पाहून मी खालीच बसलो. नेहमीच्या आकड्याच्या तिप्पट आकडा बिलावर झळकत होता. न आठवलेला आणखीन एक तोटा!

एके दिवशी मी कामावरून घरी आलो. रेडिओ बंद असलेला पाहून मला जरा नवलच वाटलं. चहापान झाल्यावर मीच जरा रेडिओ लावला. तुम्हाला खोटं वाटेल, पण रेडिओ घेतल्यापासून हा मी फक्त दुसऱ्यांदाच हात लावला होता! पहिल्या दिवशी रेडिओ कसा लावायचा हे दाखविल्यापासून माझ्यावर रेडिओ लावायची पाळीच आली नव्हती. मी उत्सुकतेने हात लावला आणि बटण फिरवलं. रेडिओ लागला नाही.

'रेडिओ मोडला का ग?' मी ओरडलोच.
'नाही!' निर्विकार उत्तर आलं.
'मग?' त्याच 'व्हॉल्यूम' मध्ये मी विचारलं.
'राघवैय्या आहेत ना? त्यांनी त्यातला व्हॉल्व्ह काढून नेलाय.'
'म्हणजे काय?'
'अहो, त्यांचा साहेब आहे ना, त्यांच्या घरी आपल्याच कंपनीचा रेडिओ आहे. त्यांच्या रेडिओतला व्हॉल्व्ह जळाला आहे. ते नवीन घेणारच आहेत; पण आज त्यांच्या मुलाचं रेडिओवर 'गोटुवाद्यम' आहे म्हणून राघवैय्यानं आपला व्हॉल्व्ह त्यांच्या साहेबाला नेऊन दिला आहे.'
'रेडिओतला व्हॉल्व्ह ही काय उसनी मागायची वस्तू झाली! हलवायाच्या घरावर तुळशीपत्र! हे मद्रासी असेच. परस्पर मोठेपणा घ्यायला सवकलेले! आणि तू तरी परवानगी कशी दिलीस?' शेवटी मी तिच्यावरच घसरलो होतो.
'नाही कशी म्हणू? आपलं निम्मं घर त्यांच्या कँटिनमधल्या वस्तूंनी भरलेलं आहे. कधी विसरायला होईल का?' मी गप्प बसलो अगदी 'स्पीकर' बिघडल्याप्रमाणे!
रेडिआचं माहात्म्य हळूहळू कमी होत होतं. आता आमच्या रेडिओचं कौतुक करणारे लोक इतर रेडिओबरोबर त्याची तुलना करू लागले होते. लोकांच्या रेडिओत आणखी काय काय सोयी आहेत, त्या मानानं आमच्या रेडिओत सोयी कमी असून किंमत कशी जास्त वाटते, वगैरे टीका शालनजवळ होऊ लागली आणि एके दिवशी त्या टीकेला शालनकडून झणझणीत उत्तर मिळाल्यावर आमच्यात त्याच क्षणी छत्तिसाचा आकडा निर्माण झाला.
त्यानंतरच्या रविवारी मी व शालन जरा दुपारचे पडलो होतो, तोच कानावर संवाद आला.
'काय ऐट त्या रेडिओची! अख्ख्या जगात जसा काही ह्यांचाच रेडिओ!'
'पण तुम्हांला एक गोष्ट कुठं माहीत आहे? रेडिओ नवीन नाही काही तो! सेकंड हँडच आहे.'
— ती बातमी मलासुद्धा नवीनच होती.
'आणि सेकंड हँड असूनसुद्धा वाण्याचं बिल काही दिलेलं नाही.'
'कशावरून?'
'वाण्यानंच मला सांगितलं! मी त्याला चक्क बोलले की, त्यांनी तर घरात रेडिओ घेतलाय आणि तुमचं बिल कसं काय नाही दिलं?'
'हो का–हो का? मग वाणी काय म्हणाला?'
'तो म्हणाला, कसला घेताहेत रेडिओ, पळवला असेल कुणाचा तरी ही : ही : ही:!'

'खी: खी: खी:!!'

मी शान्त होतो. शालन मात्र इतकी तापली होती की दुपारच्या चहाला स्टोव्हची गरज भासलीच नसती. तिची समजूत घालीत मी म्हणालो,

'शालन, वाईट वाटून घेऊ नकोस. आपण एवढंच लक्षात ठेवावं की, मध्यम वर्गाच्या माणसांनी जपून भराऱ्या माराव्यात. महत्त्वाकांक्षा व जिद्द माणसाला स्वत:च्या उत्कर्षासाठी अवश्य असावी, पण त्यापूर्वी प्रत्येकानं आपली सीमारेषा आपल्यापासून किती अंतरावर आहे ह्याकडे प्रथम लक्ष द्यावं.'

आणि त्याच रात्री तर अगदी कळस झाला. मी एकटाच जरा बाहेर गेलो होतो. साडेआठाच्या सुमाराला मी घरी परतलो तो ही मंडळी जमलेली! कविवर्य प्रकाश सामोरे आले.

'वसन्तराव, मुंबईला आहे कविसंमेलन आणि पुण्याला आहे नाटिका! वामनरावांच्या मंडळींना हवी आहे नाटिका! आमच्या मित्रांना पाहिजे कविसंमेलन तुम्हीच हा वाद मिटवा.'

मी पुढं झालो. रेडिओशी दोघेतिघे मनापासून चाळा करीत होते. कोणीही येऊन रेडिओ लावावा इतका आपलेपणा निर्माण झाला होता.

— म्हैस घेतल्यावर, नवीन म्हशीची ओळख होईपर्यंत पायाखालचं शेण सुरुवातीला आपण स्वत: उचलून देतो आणि नंतर कोणीही पटकन खाली वाकून शेण उचलून नेतो, तसाच काहीसा प्रकार रेडिओच्या बाबतीत घडत होता. वैतागानं मी म्हणालो, 'हे पाहा, मला नाटिका पण ऐकायची नाही आणि कविसंमेलन तर त्याहून ऐकायचं नाही, मी गच्चीवर जातो. घर तुमचं समजा आणि रेडिओ पण तुमचाच समजा. कार्यक्रम संपला म्हणजे मात्र मला कळवा.'

— मी ताड्ताड् गच्चीवर गेलो. मी रागावलो आहे, हे समजण्याचीसुद्धा त्यांच्यात अक्कल नव्हती. दोन तास रेडिओ–क्रांतिकारक पोलिसांना सापडल्याप्रमाणे – त्यांच्या ताब्यात होता. माझ्या मागोमाग शालन पण गच्चीवर आली. सुमारे साडेदहाच्या सुमारास काकूंचा मुलगा गच्चीवर येऊन म्हणाला,

'अहो, तुमच्या रेडिओतून बघा कसा आवाज येतोय!'

मी विजेच्या वेगानं खाली गेलो. बहुतेक सगळे पसार झाले होते. वामनराव व कविवर्य प्रकाश कोणीतरी मेल्याप्रमाणं चेहरा करून उभे होते.

रेडिओतून नुसती घरघर ऐकू येत होती.

'आता ह्यापुढं फक्त हाच आवाज रेडिओतून येईल!' एवढं बोलून मी रेडिओ बंद केला. सगळे पसार झाले.

'रेडिओला कुणाला हात लावून देऊ नका. अशा वस्तू एक हाती असाव्यात. ऐकायला सगळे येतील; पण बिघडल्यावर कोणीही येणार नाहीत.' अशा

उपदेशकांच्या हातूनच 'रेडिओ' बिघडला होता.
रेडिओ दुरुस्तीला टाकून आल्यावर शालननं विचारलं,
'किती खर्च येतोय दुरुस्तीला?'
'रेडिओ आला त्या किंमतीला विकून टाकला!'
शालनच्या चेहऱ्यावर नाराजीपेक्षा समाधानच दिसलं. पण, लगेच तिचे डोळे भरून आले आणि ती म्हणाली,
'आलेले अनुभव काही वाईट नाही आले. शहाणपणच शिकायला मिळाले, पण त्यासाठी किंमत फार मोजावी लागली. रेडिओ पण गेला आणि माझ्या बांगड्या पण गेल्या.'
त्या रात्री आम्ही सिनेमाला गेलो. सिनेमाहून परततानासुद्धा शालन नाराजच दिसली. मी म्हणालो,
'शालन, तुझ्या बांगड्या अजून शाबूत आहेत. त्या मी विकलेल्या नाहीत. एका मित्राच्या दुकानातून तो रेडिओ मी फक्त अनुभवासाठी आणला होता.'
आम्ही रात्री शान्तपणे झोपलो. आणि सकाळी आम्हा दोघांना जाग आली ती रेडिओमधल्या सनई–वादनानेच! आम्ही ताडकन् उठलो आणि दुसऱ्याच क्षणी आमच्या टाळक्यात लख्ख प्रकाश पडला. आमची जिरवण्यासाठी आमच्या नाकावर टिच्चून शेजारच्या काकूंनी रेडिओ घेतला होता. आणि आता आम्ही तो फुकटात ऐकत होतो!!!

श्रीमंत

संध्याकाळी साडेसात वाजता दारावरची बेल वाजायचं काही कारण नव्हतं. ह्या वेळी सहसा माझ्याकडे कुणी येत नाही. वासूकाकांची येण्याची वेळ ठरलेली आहे. माधुरीच्या माहेरची माणसं पण काही ठरावीक वेळेतच येऊन जातात. धूमकेतूसारखा केव्हाही चक्कर टाकणारा शरद. पण तोही कधी ह्या वेळी येत नाही! कोण असेल बरं, ह्याचा विचार करीत मी दार उघडलं. बघतो, तो दारात बंड्या — बंड्या पाठक!

'अरे, तू कसा उगवलास ह्यावेळी?' त्याचा खांदा घुसळीत मी म्हणालो.

'ह्या वेळेला मावळायला मी काय सूर्य आहे?'

— शब्दांची कसरत चालू झाली की समजावं बंडोबा खुषीत आहेत.

'ह्या बाजूला आलो होतो. म्हटलं, बघावा तुझा नवीन बंगला. एकदोघांना विचारलं. सापडला लौकर!'.. नवीन घरात चपला कुठे काढून ठेवाव्यात हे न कळून बंड्या घुटमळत म्हणाला.

दरवाज्यामागं मुद्दाम करवलेलं चपला ठेवायचं कपाट दाखवीत मी त्याला म्हणालो, 'ही बघ, चपलांसाठी खास सोय. पटकन् आल्याबरोबर दिसू नयेत म्हणून मुद्दाम कपाट आडोशाला करवून घेतलं.'

'वा, कल्पना सुंदर आणि जागाही सुंदर! तुझं काय म्हणा, आर्किटेक्टच तू! असं काही केलं नाहीस तर आश्चर्य! आता मी इथूनच बंगला बघायला सुरुवात करतो. दाखव. हे चपलांचं कपाट. पुढं?'

'ह्या चपला!'

आम्ही दोघंही हसलो. अगदी सरळ सीध्या स्वभावाचा, डावपेच माहीत नसलेला, पण स्वत:ची निश्चित मतं असणारा, सगळ्या गोष्टीकडे सरळच बघणारा, त्यामुळे सगळ्या मित्रांत फक्त बंड्याच जिव्हाळ्याची तार छेडून गेला. इतरांना दाखवतो

त्यापेक्षा जास्त उत्साहानं मी त्याला माझ्या नव्या बंगल्यातल्या बारीकसारीक गोष्टी दाखवू लागलो; सांगू लागलो.

'ही बेडरूम. प्रायव्हसीसाठी हिच्या खिडक्या नेहमीपेक्षा जरा उंच घेतल्या आहेत. इतर कुठल्याही खोल्या न ओलांडता इथे येता यावं म्हणून हा निराळा पॅसेज!'

'वा, हेही अप्रतिम!' — बंड्या उद्गारला.

— प्रत्येक गोष्टीचं तो मनापासून कौतुक करत होता. त्यात देखावा नव्हता. कृत्रिमता नव्हती. सगळं नीट पाहून झाल्यावर त्याने विचारलं,

'गॅरेज कुठं दिसलं नाही ते?'

'आता आपण ज्या गच्चीवर उभे आहोत तिच्याखाली गॅरेज आहे.' मी खुलासा केला.

'हेही छान!'

चहाची वेळ नसताना मी माधुरीला चहा करायला लावला–आवर्जून! आणि एवढ्या दिवसांनी आल्यावर अवेळी चहा घ्यायचाच असतो ह्या जाणिवेनं बंड्याही 'नको' म्हणाला नाही, चहा पिता पिता मी विचारलं,

'माझं सगळं पाहिलंस, ऐकलंस; आता तुझी हालहवाल.'

'आमचं काय घेऊन बसलास? सगळं 'जैसे थे.' नेहमीच्याच अडचणी, नेहमीचेच पेचप्रसंग आणि आमची नेहमीचीच दुबळी धडपड! चलता है! लहानपणी भराऱ्यांपुढे आकाश तोकडं वाटायचं. आता भराऱ्या एवढयाशा वाटतात आकाशापुढे!'

— बंड्या असं का म्हणाला हे मला समजलं होतं. कारण त्याच्या लहानपणच्या भराऱ्या मला माहीत होत्या. माधुरीला त्याची कल्पना नव्हती. ती पटकन् म्हणाली,

'असं काही नाही हो! माझ्या भराऱ्या अजून तेवढ्याच आहेत. तुम्हाला काय झालंय?''

'तुम्हांला कल्पना नाही वहिनी, साधी ट्रिपचीच गोष्ट घ्या. पिकनिकची मला आणि हिला एवढी आवड; पण गेल्या चार पाच वर्षांत ट्रिप नाही की काही नाही.' — बंड्या म्हणाला

'पाच वर्षांत ट्रिप नाही? काय सांगता काय? हॉरिबल! मी तर घरातून पळूनच गेले असते.' माधुरी परत बोलून गेली. तिला सावरून घेण्याचा दुबळा प्रयत्न करीत मी म्हणालो,

'हिला ट्रिपची फार आवड आहे.'

'फार म्हणजे खूपच! ते माझं जीवनच झालंय असंच म्हणा ना! वहिनी काही म्हणत नाहीत तुम्ही ट्रिपला गेला नाहीत तर?' — माधुरीनं एकदम बंडूला विचारलं. अशा तऱ्हेचं बंड्याला काही विचारलं जाऊ नये असं मला खूप वाटत होतं.'

सरळ स्वभावाचा बंड्या म्हणाला, 'सहसा ती माझ्यापुढे काही बोलत नाही.' इतर लोकांच्या संसारात बायकासुद्धा पड घेतात कधीकधी— ह्या अर्थानं मी माधुरीकडे मुद्दाम पाहिलं. पण अशा महत्त्वाच्या वेळी तिचं माझ्याकडे कधीच लक्ष जात नाही. ती पुन्हा म्हणाली,

'तरी तुम्ही अधूनमधून ट्रिपला जायलाच हवं. मनात आणलं तर तेवढंही अशक्य नाही.'

'खरं सांगू का वहिनी— एकतर पहाटे उठायचं, तीन तीन मुलं आणि आम्ही... फराळापासून सगळं आवरायचं आणि धडपडत लोकलसाठी पळायचं रविवारी तर मला त्या लोकलचं दर्शनही नकोस वाटतं. दिवसभर जरा इकडे तिकडे करतो न करतो तोच पुन: संध्याकाळच्या लोकलसाठी पळापळ. पुन: रांगेत उभं राहायचं, मुलांनी कंटाळायचं, बायकोनं वैतागायचं आणि आम्ही म्हणायचं झक मारली अन् ट्रिप काढली!' 'गाड्यांतली गर्दी तुम्ही बघताच. अशा ट्रिपमध्ये काही चार्म वाटतच नाही. तुम्हा मोटारवाल्याचं ठीक आहे. मनात आलं, निघालं. बांधाबांध नको, धावपळ नको— काही नको.'

बंड्या म्हणाला ते खरं होतं, पण त्याच्या बोलण्यात अगतिकता नव्हती. मोटारवाल्यांबद्दल मत्सर नव्हता. अशाच परिस्थितीत, लोंबकळतच ट्रिप काढायची असते. ह्याचीही त्याला जाणीव होती. मला मात्र वाईट वाटलं ते सगळं ऐकून. नकळत मी खिन्न झालो. मला काय म्हणावं ते कळेना. वास्तविक मी काही म्हणावं अशी बंडूची अपेक्षा नव्हती, पण मला मात्र वाटत होतं की त्याला बरं वाटेल असं आपल्याला पटकन् काही तरी सुचलं पाहिजे. तोच माधुरी म्हणाली,

'शोफरला सांगितलंय ना सकाळी यायला?'

'होय, — मी उत्तरलो.

'का? कुठं जाणार आहात?' बंडूने विचारलं.

'मी नाही. ही जायची आहे माहेरी!'

'वहिनींचं माहेर काय गावातच आहे, इथल्या इथं!' चहा संपवीत बंड्या म्हणाला.

'ह्या वेळेला मी मावशीकडे जाणार आहे कोल्हापूरला.'

'बाकी तू आज भेटलास ते बरं झालं हं. उद्या–परवा आला असतास तर कुलूप पाहून परवावं लागलं असतं.' — मी सहानुभूतीनं म्हणालो.

'त्यात काय?' पुन: आले असते!'

— पुन: माधुरी काहीतरीच बोलली आणि पुन: तिला सावरून घेत मी म्हणालो, 'माझ्यासाठी तो दहावेळा येईल ग! तुला त्याची कल्पना नाही, पण माणसाची निराशा नाही का होत?'

'अरे पण, तू इथंच आहेस ना?' बंडयाने विचारले.'

'हो, पण, मी इथे नसले म्हणजे ह्यांचा काही भरवसा नाही. मला विचारा, ह्यांचे मग क्लब काय, नाटकं काय...' — माधुरी सांगू लागली. तिला अडवीत मी म्हणालो, 'हां हां हां राणीसाहेब, इथेच थांबा!' बंडू हसू लागला.

'अरे नाही तर काय, ह्या बायका माहेरी जातात, मजामजा करतात. खूप दिवसांनी माहेरपण म्हणून ह्यांना पार्ट्या काय, जेवणाची आमंत्रण काय, आणि इकडे नवऱ्यांनी मात्र आढ्याकडे पाहात बसावं, नाही तर मेघदूत वाचून सुस्कारे सोडावेत, अशी ह्यांची अपेक्षा असते.'

— दोघंही मनसोक्त हसली. त्याच वेळी घड्याळात साडेआठाचा टोला पडला. बंड्या पटकन् उठला.

'बोलता बोलता तास गेला बघ! निघतो आता. बसची कृपा झाली तर अर्ध्या तासात जाऊ शकेन घरी, नाही तर आहेच तासाची तपश्चर्या!' –तो म्हणाला.

'थांब जरा. मी ड्रायव्हरला सांगतो तुला सोडायला.'

'ड्रायव्हर पण इथेच राहतो?'

'नाही. पण तो राहतो तिथं फोनची व्यवस्था आहे. तो लगेच येऊ शकतो.'

'पण आता असेल का तो तिथे? नसेलच बहुधा! आणि ह्या वेळेला बसेस तर अगदी रिकाम्या जातात!'

पुन: माधुरी म्हणाली. तिला सावरायचे माझे सगळे प्रयत्न आज फसत होते. पावसाळ्यात समोरून मोटार आली की कपडे वाचवण्यासाठी आपण हातातली छत्री आडवी धरतो, दुसऱ्या एखाद्या व्यक्तीच्या मागे लपतो किंवा एखाद्या कोरड्या भागावर चपळाईनं उडी मारतो, तरी एखादी इरसाल मोटार प्रसाद देऊन जातेच! तद्वत्च कितीही सावरायचा प्रयत्न केला तरी माधुरी एखादं वाक्य पटकन बोलून जायची. आता तर माझी फारच केविलवाणी अवस्था झाली. पण बंड्या खरोखरच समजूतदार. माझी नजर टाळीत तो म्हणाला,

'खरंच वसंत, गाडीची आवश्यकता नाही.'

— त्याच्या ह्या समजूतदारपणामुळं– मी जास्तच अगत्यानं फोन करायला उठलो. एवढा काही बायकोच्या ताटाखालचं मांजर नाही झालो!

पंधरा–वीस मिनिटांत शोफर आला. बंड्या गाडीत बसल्यावर गाडीच दार बंद करता करता मी त्याला म्हणालो,

'पुन: ये ना शांतपणे'

'आता वहिनी माहेरी जाणार. तुझा नेम नाही म्हणतोस, नाहीतर आलो असतो. परवापासून मी रजा घेतोय एक महिन्याची? – बंडू म्हणाला.

'का रे, काही विशेष?'

'थोडसं विशेष, थोडसं सहज. एक तर घरी खूपसे पाहुणे आले आहेत. त्यांना मुंबई

दाखवायची कामगिरी आहे. खूप मंडळींना–नातेवाइकांना मी स्वत: भेटलेलो नाही खूप दिवसांत, त्याशिवाय छोकऱ्याला बरं नाहीय. एखाद्या स्पेशालिस्टला दाखवावं म्हणतोय.

'म्हणजे तुझी रजा काही सौख्याची जाणार नाही तर?'

'जवळजवळ तसंच! तूंच टाक एखादी चक्कर'

'अच्छा. आय वुइल ट्राय!'

'किती तुला बोलायची घाई! सांवरून तरी किती वेळा घ्यायचं माणसानं?' बंड्या निघून गेल्यावर दरवाजा बंद करता करता मी माधुरीला म्हणालो.

'आता आज काय चुकलं माझं?' — हल्ल्याची पूर्वतयारी करत माधुरीने विचारलं.

'तुला आता कसं समजावून सांगू? बंड्या किती सहजपणे म्हणाला, बसबद्दल. पण लगेच तू शोफर भेटायचाच नाही, बसेस रिकाम्या जातात, वगैरे वगैरे बोलून मोकळी.'

'म्हणजे काय? बसेस रिकाम्या जातात म्हणूनच मी तसं म्हणाले. मोटारीतून जाताना मी कितीदा तरी पाहिलं आहे, आणि परवा आपण फोन केला तेव्हा शोफरचा पत्ता तरी होता का जाग्यावर?' — माधुरीने आपली बाजू मांडली.

'तुला नाही कळायचं मला काय म्हणायचं असतं ते!' –मी जरा त्रासिक होत म्हटलं.

'आणि तुम्हालाही नाही कळायचं माझं म्हणणं. निराळेच अर्थ काढता तुम्ही माझ्या सरळ बोलण्यातून! मी आणखीन खूप बोलले असते, पण आता उद्या गावाला जायचंय आणि शिवाय तुम्हाला कधी काही सांगायचं नाही असं मी ठरवलंय!'

तिच्या ह्या नेहमीच्या त्राग्यावर माझ्याजवळ मौनाशिवाय दुसरा उपाय नसतो. मला ह्यापुढं काही न सांगून ती आता मला उपकारांच्या ओझ्याखाली दाबून टाकणार आहे जणू. मी गप्प बसलो आणि नेहमीप्रमाणे मला कसं गप्प केलं ह्या विचाराने माधुरी समाधानानं वावरू लागली. मी बंड्याचा विचार करू लागलो– खरंच, बंड्याचं आयुष्य कसं असेल? त्याची बायको कशी असेल? त्यांच्या अडचणी किती असतील? काय काय असतील? आणि त्यांचा प्रपंच तरी कसा चालत असेल? मोकळेपणी ती दोघं कधी फिरायला जात असतील का — मघाशी ट्रिपचा विषय निघाल्यावर त्यानं किती अडचणी सांगितल्या!...

...मग लहानपणीचा स्वप्नाळू बंड्या आठवला. त्याचे मनसुबे आठवले. आपल्या भावी आयुष्याची त्याने केलेली आखणी आठवली. –पण हे सगळं आठवून बरं वाटलं नाही, कारण त्यांतले त्याचे सगळेच आडाखे चुकलेले होते. आणि ह्या उलट कोणत्याही तऱ्हेचा हिशेब न करता माझे मार्ग मात्र सरळसरळ होते–जणू

काही आधीच कुणीतरी माझ्यासाठी सगळं ठरवून ठेवलेलं होतं आणि मला फक्त त्याची अंमलबजावणी करायची होती! माझी पहिल्यापासून घरची श्रीमंती. फक्त मी लाडावलो नव्हतो. शिक्षणाची आवड होती म्हणून शिकलो. त्यामुळं मालकीचा स्वतंत्र बंगला असणं किंवा दाराशी गाडी असणं ह्यात मला काहीच नावीन्य नव्हतं! आर्थिक दृष्ट्या माझ्यात आणि बंड्यात एवढी तफावत पहिल्यापासूनच असली तरी आमच्या मैत्रीत कधी बाध आला नाही. बंड्याच्या सरळ वृत्तीवर मी खूष होतो आणि माझ्या श्रीमंतीचा उल्लेख करताना तो म्हणायचा,

'काणेकरांच्या भाषेत तू – 'खरा श्रीमंत' आहेस! मनानं आणि परिस्थितीनंही!' तसा नसतास तर मी तुझ्या वाऱ्यालाही उभा राहिलो नसतो.'

–आर्थिक दृष्ट्या मी आणि माधुरी एकच तोलाची, पण माधुरी भलतीच लाडात वाढलेली होती. तिच्या कोशाबाहेर ती पडलेली नाही. आजूबाजूच्या जगाकडे डोळे उघडून बघण्याची तिची इच्छा नव्हती. किंबहुना असं बघायचं असतं ह्याची तिला कल्पनाही नव्हती. त्यामुळंच अंत:करणानं चांगली असूनही तिचे विचार तयार झालेले नव्हते!–

विचारांची तयारी नीट नसली म्हणजे रास्तपणे जेवढा हेकटपणा वाढावा लागतो तेवढा तिच्याजवळ होताही! त्यात फक्त कपट नव्हतं–याची मला जाणीव आहे! म्हणूनच प्रत्येक वेळी मी तिला सावरायचा प्रयत्न करतो. निष्कपट माणसं थोड्यासाठी कपटी–ठरू–वाटू नयेत त्या दृष्टीने माधुरीला झाकण–नवरा ह्या नात्याने मी जागरूक राहिलं पाहिजे ही जाणीव मला आहे. बंड्याशी बोलतानासुद्धा आपण काही वावगं बोलत आहोत, ह्याची तिला कल्पना नव्हती. बंड्याही माझ्या मनाची ओढाताण समजू शकला म्हणून रागावला नाही. ह्या त्याच्या जाणिवेवरच मी फार खूष होतो. मग मला एकदम वाटू लागलं, आपण त्याच्यासाठी काहीतरी करावं! काय काय करता येईल बरं? चार दिवस त्याला आपल्या घरी राहायला बोलवावं का?... छे! बायको मुलांना आणि पाहुण्यांना सोडून तो कसचा येतो? तेव्हा ते शक्य नाही. बरं, एखाद्या रविवारी त्याला आपल्या गाडीतून फिरायला किंवा ट्रिपला न्यावं का?... नंतर पाठोपाठ आणखी एक गंमतीचा विचार डोक्यात आला,

'आठ–पंधरा दिवस आपली गाडीच त्याला वापरायला दिली तर?'...

विचार गमतीचा होता. बंड्याला आश्चर्यात टाकणारा होता. पंधरा दिवस गाडी न वापरल्यानं माझा फारसा तोटा होणार नव्हता. बंड्याचा मात्र खूप फायदा होणार होता. माधुरी माहेरीच जाणार होती, तेव्हा ज्या व्यक्तीकडून मला मोठ्या प्रमाणात विरोध झाला असता त्या व्यक्तीचा – माधुरीचा–प्रश्न सुटलेला होता. पंधरा दिवसांसाठी एखाद्याला गाडी दिली तर तो मनुष्य जास्तीत जास्तीत काय करू

शकतो हेही मला अजमावून पाहावंसं वाटत होतं. आता प्रश्न होता, मानी बंड्या ह्याला कितपत तयार होईल ह्याचा! ह्या बाबतीत तो माझं काही ऐकेल की नाही? पण त्यावरही उपाय सापडला आणि पंधरा दिवसांसाठी का होईना, हा प्रयोग आपण करून बघायचाच हे नक्की केलं!–

–काही दिवस का होईना, गाडीशिवाय मी आणि गाडीमुळे बंड्या, आम्ही दोघंही चाकोरीबाहेर पडणार होतो!

माधुरी माहेरी गेली. तिला स्टेशनवर पोचवून मी शोफरला गाडी बंड्याच्या घराकडे घ्यायला सांगितले.

मला अचानक आलेला पाहून बंडूची धावपळ उडाली. दोनच खोल्यांच्या त्याच्या संसारात पाहुण्यांमुळे आणखीनच गर्दी झालेली होती. सामान अस्ताव्यस्त पडलेलं होतं. गडबडीनं त्यानं मला बसायला पलंगावर जागा करून दिली. पोरांना बाहेर पिटाळून लावलं. नंतर माझ्याकडे सहर्ष पाहात तो म्हणाला,

'लहानपणची ती एका ओळीची कविता म्हण आता!'

'कोणती रे?' – मी नकळून विचारलं.

'–ती–देशस्थांवरची!'

'अरे, जाऊ दे रे! पसाऱ्याचं काय घेतोस एवढं मनावर? पाहुणे आणि पोरंबाळं असली की असं दिसंल नाही तर शोभा नाही!' –मी त्याची समजूत घालायचा प्रयत्न केला.

'तरी ती ओळ म्हण! तुझ्या तोंडून ऐकायला गंमत वाटते. हं! म्हण;–

'अस्ताव्यस्त समस्त वस्तु मिळुनी–'

– 'देशस्थ निर्मीयले?' – मी ओळ पुरी केल्यावर बंडू मोकळेपणानं हसला. लहानपणीसारखं!

'वहिनी गेल्या वाटतं?'

'एवढ्यात स्टेशनवर सोडून आलो.'

'वा, आमचं भाग्यच म्हणायचं! लगेच आठवण झाली.'

'आठवण झाली आणि थोडं कामही होतं.'

'कामाचं सावकाश पाहू. चहा घेणार ना?'

'घेईन. पण अर्धाच कप.'

–चहा टाकायला सांगून बंड्या बाहेर आला.

'हां, बोल आता.'

'तसं काही विशेष काम नाही. मी उद्या चाललोय कोल्हापूरला. माधुरीला मुद्दाम जाऊ दिलं आत्ता. उद्या जाऊन तिला चकित करणार आहे.'

मी धोरणानं बोलायला सुरुवात केली.

‘तुमचं काय बुवा! सगळाच मामला और. दाराशी गाडी आहेच.’ बंड्या उद्गारला.
‘गाडीसाठीच तुझ्याकडे आलोय.’ –मी पुढचा पवित्रा घेतला. बंड्या प्रश्नार्थक दृष्टीनं माझ्याकडे पाहू लागला तेव्हा मी पुढे म्हणालो,
‘सांगतो. काय झालंय, मी कोल्हापूरला गेल्यावर पंधरा दिवस गाडी नुसती पडून राहणार आहे गॅरेजमध्ये. शोफरला पगारही देऊन ठेवलाय आधीच. तेव्हा ह्या पंधरा दिवसांत तुला गाडी लागली तर वापर एवढंच सांगायला आलो होतो.’
‘अरे पण...’
‘पण कसला आलाय?– पण वगैरे काही नाही आणि एवढं गडबडून जायचंही कारण नाही. ड्रायव्हरचा पत्ता देऊन ठेवतो. त्याला केव्हाही कळव. तो येत जाईल. स्वभावानं गरीब आहे तो. ड्रायव्हरकडून आपला इन्स्ल्ट होईल वगैरे काही मनात आणू नकोस, आणि संकोचही करू नकोस. गाडी नुसती पडून राहणार आहे, पेट्रोलची व्यवस्था ड्रायव्हर पाहील आणि कुठे पिकनिकला वगैरे गेलात तर तू तेवढं मॅनेज करशीलच.’
मी बोलत होतो. बंड्या विचारात पडला होता. त्याला काय म्हणावं ते कळत नव्हतं. मी पुन:पुन्हा त्यात काहीच वावगं नाही हे खुलासेवार सांगितलं; पाहुण्यांना ट्राम– बसने हिंडवण्यात किती वेळ आणि पैसे जातील हे त्याच्या मनावर ठसवलं; आणि अशा तऱ्हेने बराच वेळ काथ्याकूट केल्यावर मी त्याच्या घरातून बाहेर पडलो तो त्याचा होकार मिळवूनच.
दोन दिवसांनी संध्याकाळच्या सुमारास शोफर मला भेटायला आला. बंड्या दोन दिवस कुठे कुठे हिंडला, मोटारीत बसल्यावर त्याला काय वाटतं, तो शोफरशी मालकाच्या ऐटीने बोलतो का हे सगळं ऐकायला मी फार उत्सुक होतो.
‘काय बाबा दोन दिवसांतली हकीगत?’
‘साहेब, दोन दिवसांत त्यांनी गाडी वापरलीच नाही. मला एकदाही बोलावंल नाही.’
‘असं? नवल आहे. बरं, तू गेलास तरी चालेल. मला गाडी नको. त्यांना गाडी वापरू दे. नाहीतर न वापरू दे. तू चक्कर टाकीत जा. आणि मी इथेच आहे हे सांगू नकोस.’
शोफर निघून गेला. मला बंडूचं आश्चर्य वाटत होतं. त्याला संकोच वाटत होता का अशा तऱ्हेची संधी आपल्याला मिळाली आहे ह्याचाच त्याला विसर पडला होता? का उगीच गाडीची सवय होईल आणि दैनंदिन जीवनात क्रांती घडेल ह्याची त्याला भीती वाटत असेल? एक ना दोन. अशा तऱ्हेचे विचार चालू असतानाच घंटा वाजली. कदाचित बंड्याच मी गावाला गेलोय की नाही ते बघायला आला असेल. परवा तो ह्याच वेळेला आला होता. पण दार उघडून बघतो तो दारात माधुरी उभी!

'हे काय? तू?'
'कसं सरप्राईझ केलं की नाही तुम्हांला?'
'मला सरप्राईझ करता यावं एवढ्यासाठीच तू कोल्हापूरला गेली होतीस?'
'अहो, झालंय काय, मावशीकडे खूप पाहुणे आले होते. तिची मुलंही आजारी आहेत. शेवटी दोनच दिवसांसाठी आले होते असं सांगून काढला पळ?'
'छान केलंस!'
नंतर मी खाणावळीतून डबा आणला. जेवताजेवता मी माधुरीला विचारलं,
'काय होतंय, मावशीच्या मुलांना?'
'काही विचारू नका! तिघंही आजारी आहेत. ती एवढीशी जागा, त्यात आजारपण आणि पाहुण्यांची गर्दी. ह्या पाहुण्यांनासुद्धा कशा अकला नसतात कळत नाही! तिथल्या तिथ, दाटी करून राहिलेत आपले! त्या घरातल्या बाईने आजारी मुलांकडे पाहायचं का पाहुण्यांची उठ–बस करायची? छे छे! मी तर बाई पळूनच गेले असते.'
'तू म्हणतेस ते खरं आहे. वैतागण्यासारखीच परिस्थिती निर्माण होते अशा वेळी! फरक एवढाच आहे की, पळायचं म्हटल्यावर तू खरोखरच पळू शकतेस आणि ते लोक पळू शकत नाहीत. पळवाटा शोधायला त्यांना जागाच नाही. परिस्थितीकडे पाठ फिरवून त्यांचे प्रश्न सुटत नाहीत, तर तिला तोंड देऊनच त्यांना सोडवावे लागतात.'
'काही अर्थच नाही त्या जीवनात. अहो, एकाच तांब्यातून ती आजारी मुलं पाणी पीत होती आणि पाहुणे मंडळीसाठी पण तोच तांब्या. रात्री तर सगळीच एकत्र झोपत होती. हाऊ कन्जस्टेड!'
'बाईसाहेब, तुम्ही अजून काहीच पाहिलेलं नाही. त्यापेक्षा कठीण अवस्थेत लोक दिवस ढकलतात.'
'छे, असलं जिणं जगण्यापेक्षा खुशाल जीव देईन मी!'
'मी तुला तेच सांगतो; हे तू जे पाहिलंस ते काहीच नव्हे, बाहेर परिस्थिती फार वाईट आहे. ती माणसंसुद्धा मनापासून सगळ्या गोष्टी करतात असं नाही. त्यांचा इलाजच नसतो, त्यांनाही उपाय हवा असतो, पण मिळत मात्र नसतो. नुसती मग चाचपडतच राहतात ती! त्याला तुम्ही आम्ही 'जगणं' म्हणतो. लोकांचंच उदाहरण कशाला हवं? उद्या तुझ्यामागे व्याप वाढू दे, पोरंबाळं होऊ देत, एवढ्या 'फॅसिलिटीज' मिळूनही तू तसल्याच गोष्टी करशील.
'इम्पॉसिबल!' –माधुरी ठासून म्हणाली.
'पाहू पाहू! घोडामैदान काही दूर नाही. थोडा व्याप वाढू दे मग पाहू!' मी म्हटलं.
'तुम्ही पण बाहेरच्या माणसांची कड का घेता नेहमी?' माधुरी चिडून बोलू लागली.

'कड घेण्याचा हा प्रश्न नाही. त्यांची परिस्थिती कशी असते आणि तू कोणत्या दृष्टिकोणातून विचार करावास ते सांगतोय मी तुला. तू आज मनात आल्यावर पळवाट शोधू शकलीस; तुझ्या घरी आबादीआबाद आहे म्हणून पळून येऊ शकलीस. त्यांनी कुठं पळायचं? तू दोन दिवसांत मुक्काम हलवायचं कारण मावशींना समजलं नसेल असं का वाटतं तुला?'

माधुरी काही बोलली नाही. तिला त्या गोष्टीवर विचार करावासा वाटला. नेहमीच्या मूडमध्ये यायला तिला बराच वेळ लागला. जरा वेळानं तिने विचारलं,

'उद्या आपण लोणावळ्याला जाऊ या का?' जाऊच या. काकांना सरप्राईझ करू. रविवार आहे– कशी काय कल्पना? आणि ह्या वेळेला तुम्ही आलं पाहिजे. काका मागच्या वेळेलाच खूप रागावले होते मला एकटीलाच पाहून. याल ना?– यायचंच! आपण त्यांना चकित करू!'

'मीच तुला चकित करू का आता?'– मी माधुरीला विचारलं. माधुरी प्रश्नार्थक नजरेनं माझ्याकडे पाहात राहिली.

'मी आपली गाडी–'

'विकून टाकली, असंच ना?'– माझं वाक्य आपल्या कल्पनेप्रमाणे पुरं करून माधुरीनं विचारलं, 'मग आता परवा पाहिलेलं मॉडेल घेणार ना?'

'नाही. बंड्याला वापरायला दिलीय् मी आपली गाडी पंधरा दिवस.'

माधुरी खरोखरीच चकित झाली. काय बोलावं ते तिला कळेना. मग तिला वाटलं गप्प बसण्यासारखी ही बाब नाही. ती पटकन् म्हणाली,

'हे काय नवीनच खूळ शिरलं तुमच्या डोक्यात!'

'हो आम्ही करतो ते खूळच. तू दोन दिवसांत कोल्हापूरला जाऊन आलीस लहरीखातर, त्याला खूळ म्हणायचं नाही.'

ह्यावर ती काही बोलली नाही. मनातून ती खूप संतापलेली असावी. समजावणीच्या स्वरात मी म्हणालो,

'बिचाऱ्या बंड्याकडे खूप पाहुणे आलेले आहेत. त्याचा मुलगाही आजारी आहे. कातावून गेलाय तो. तुझ्या मावशीकडे तू जी परिस्थिती पाहिलीस तीच त्याच्याकडेही आहे. म्हटलं, त्याला जरा चार दिवस निराळं वाटू दे.'

–पण माझ्या ह्या सविस्तर खुलाशांनही माधुरीचं समाधान झालं नाही. मित्राला गाडी वापरायला देणं हे नुसतंच खूळ नव्हतं तर तिच्या मते तो एक अक्षम्य अपराध होता. रात्री पलंगावर पडेपर्यंत ती माझ्याशी एक अक्षर बोलली नाही. नेहमीप्रमाणे मलाच माघार घ्यावी लागली. 'उद्या सकाळी जाऊन मी गाडी घेऊन येईन.' असं आश्वासन तिनं जेव्हा माझ्याकडून मिळवलं तेव्हाच ती शांत झोपली– आणि मीही!–

सकाळी थोडसं मनाविरुद्धच मी बंडूकडे जायला निघालो. माधुरी खूष झाली. मी बंडूकडे पोचलो. दाराशीच गाडी उभी होती. मला समाधान वाटलं. गाडी वापरण्यासाठी मनाची तयारी करायला बंडूला दोन दिवस लागले होते तर! शोफरचं माझ्याकडे लक्ष नव्हतं. गाडी भोवती तीनचार लहान मुलं आनंदानं नाचत होती. आज जणू त्यांच्या वैभवात काही न्यूनता नव्हती. माझी नजर वर गेली. गॅलरीत दोन–तीन बायका तयारीनं उभ्या होत्या. एकीच्या गळ्यात थर्मास होता. बंड्या दारं–खिडक्या लावीत होता. सगळ्यांच्या चेहऱ्यावर ट्रिपला जायचं ह्या विचारानं एक तऱ्हेचा कैफ चढला होता.

मी मुकाट्यानं परतलो. माधुरी नटून बसलेली होती. मी चालत आलेला पाहताच तिचा चेहरा उतरला. मी ताबडतोब ओळखलं की आता हां हां म्हणता घरात अबोली रंग फुलणार! तिनं काही न विचारताही मी भराभर सांगायला सुरुवात केली–

‘माधुरी, माझं ऐकून घे. उगीच अबोला नको; नाहीपेक्षा मी आत्ता असाच बाहेर जातो. तुझा हिरमोड झालाय हे मी कबूल करतो, पण त्या मंडळींची ट्रिपला जायची एवढी तयारी झाली होती, की गाडी मागणं हेच अमानुषपणाचं दिसलं असतं. आपण केवळ गमतीखातर लोणावळ्याला जाणार होतो. आता काहीतरी दुसरा कार्यक्रम ठरवू या आपण. तुझा रविवार मी वाया घालवीत नाही. तूच विचार कर, निम्मी माणसं खाली उतरलेली, मुलं गाडीभोवती नाचताहेत, अशा वेळी मी गाडी मागणं बरं दिसलं असतं का?’

‘जाऊ द्या आता मला विचारून काय उपयोग? प्रथम दिलीत तेव्हाच चुकलं. आता विचार करण्यात काय अर्थ आहे?’

मीही काहीसा चिडलो. माणसाला एवढी समज नसावी म्हणजे काय? दुसऱ्यासाठी एवढी झीज सोसता येत नसेल तर स्वत:ला माणूस म्हणवून घेण्याची लाज वाटायला हवी.

रविवारी त्याच बिथरलेल्या मन:स्थितीत गेला. ऐषआरामाची चटक लागलेला माणूस व्यसनी माणसापेक्षा भयंकर! माधुरी माझ्याशी मोजकंच बोलत होती.

सोमवारी सकाळी तिच्या मैत्रिणीचा फोन आला–

हॅलो... कोण सुनीती का... हां, मी... माधुरीच! काय हालहवाल? ... बोल ... बोल पिक्चर? कोणतं... हिचकॉकचं? अय्या!... पण कुठे? मेट्रोला?...हाऊ नाइस...छे...नाही...! गाडी ना? नाही सध्या... काय झाली! विचारू नकोस?... हो रिपेअर्सना गेली असती तर एकवेळ चाललं असतं... काय झाली म्हणून खरोखरच नको विचारूस... आम्ही कमनशिबीच पहिल्यापासून... मग सांगेन

सविस्तर. फोनवर नको. पिक्चर ना... कॅन्सलच! काय म्हणालीस... बसने? छे हॉरिबल आयडिया! कल्पनाच सहन नाही होत... जाऊ दे. मग काय करणार? नाही नशिबात?... अनलकी!... अच्छा!'

'अगदी सर्वस्व गेल्यासारखं वाटतंय तुला काही दिवस गाडी नाही म्हटल्यावर?– ' मनावर ताबा ठेवायचा प्रयत्न करीत मी म्हटलं.

'त्या विषयावर मला तुमच्याशी बोलायचं नाही. दुसरं काही बोलायचं असेल तर सांगा.' माधुरी फणकाऱ्याने म्हणाली.

'एवढं काही बोललंच पाहिजे असा माझा आग्रह नाही. पण एवढा अट्टाहास देखील चांगला नाही, एवढं मला सांगायचं आहे.'

'तुम्हांला काय लागतं सांगायला! आजच बघा आता. मेट्रोला हिचकॉकचं पिक्चर आहे. जावसं वाटतंय, तरी जमायचं नाही.'

'त्याचा एवढा काय बाऊ करतेस? आपण टॅक्सीने जाऊ.'

'पण स्वत:ची गाडी असताना?'

'गाडी रिपेअर्सना गेली असती तर काय केलं असतंस?'

'तेव्हाची बाब निराळी.'

'निराळी वगैरे काही नाही. आताही तसंच समज.'

'तुम्ही असेच आहात. मित्राची कड घेऊन माझ्याशी भांडणार. तुम्हाला माझ्यापेक्षा मित्राचं महत्त्व अधिक...'

बोलताबोलता माधुरी रडायला लागली. तिचा तो सगळा मूर्खपणा होता, आतताईपणा होता. तिची समजूत घालायची मला इच्छा राहिलेली नव्हती. पण घरात अस्वस्थतेचं व अबोल्याचं वातावरण मलाच सहन होत नाही, म्हणून शरणागती पत्करून समजूत घालणं आवश्यक होतं. पुन: एकदा संध्याकाळी गाडी आणण्याचं आश्वासन देऊन मी माधुरीला हसती बोलती केली.

संध्याकाळी मी सातच्या सुमारास बंडूकडे गेलो. त्याच्या दारापाशी गाडी होतीच.

'अरे, तू आलास का कोल्हापूरहून'– बंडूनं विचारलं.

'काल संध्याकाळीच आलो. कसं काय चाललंय?'

'मस्त! तुमची कृपा असल्यावर काय कमी आहे आम्हांला?'

'तेच बघायला आलोय मुद्दाम. कृपा केली तरी त्याचा स्वीकार न करणारी माणसंही आहेतच की ह्या जगात!'

'हल्ली कमी आहेत. कारण कृपा करणाऱ्यांचीच संख्या घटली आहे ना?' –बंड्या म्हणाला.

'जाने दो यार!'– गाडी वापरतेस ना? मग झालं तर! आजचा काय कार्यक्रम?' – मी मुद्दाम विचारलं. पण बंड्या माझ्याहीपेक्षा वस्ताद. तो पटकन म्हणाला,

'अगोदर माझा कार्यक्रम विचारून घेऊन गाडी न्यावी का न न्यावी हे ठरवू नकोस. तू गाडी घेऊन जा बेलाशक.'

'अरे, पण माझं ऐकून तर घे! मी आलोय कालच आणि जाणार आहे उद्याच. एकाच दिवसाचं काम होतं. आता रात्री काहीही कार्यक्रम नाही. म्हटलं, तुला गाठावं आणि एखादं पिक्चर पाहावं.'

'पिक्चर जमायचं नाही. कारण छोकऱ्याला घेऊन डॉक्टरकडे निघालोय. एखाद्या स्पेशालिस्टला दाखवणार असल्याचं मी तुला बोललो होतो आठवतं?'

'कुठले डॉक्टर?'

'गिरगावातले संझगिरी.'

'काय होतंय छोकऱ्याला?'

'तेच कळत नाही. रोज संध्याकाळचा ताप येतो. आत्ता पण ताप आहे अंगात –'

'अच्छा, अच्छा, मग काही आग्रह नाही सिनेमाचा. सम अदर टाईम.'

–मी बंड्यांचा निरोप घेतला.

पुनः माधुरीचा हिरमोड झाला. पुनः अशांतता, अबोला, त्यानंतर एक–दोनदा माधुरीच्या रुसण्याफुगण्याची पराकाष्ठा झाल्यावर 'बंडूकडे जातो' असं सांगून मी कोपऱ्यावरूनच परतलो आणि शेवटी एकदा माधुरीला सांगून टाकलं,

'तू कितीही रागव किंवा रूसून बस. प्रत्येक वेळी मी गाडीसाठी आलो नव्हतो हे बंड्याला सांगायला मला जमणार नाही. माझ्या तोंडून पंधरा दिवसांचा 'पिरियड' दिला गेलाय तोपर्यंत गाडी ह्या विषयावर झालेली वादळं मला खपणार नाहीत.'

आणि दुसऱ्या दिवशी कामावरून घरी परततो तो दाराशी एक 'हिलमन' उभी! आश्चर्य करीतच मी घरात शिलो.

'बाहेर गाडी कुणाची? कोण आलंय?' मी विचारलं.

माझ्या आगमनाची दखल न घेता माधुरी म्हणाली,

'कुणी नाही आलेलं. गाडी मीच आणली आहे. –भाड्यानं!'

'आणि शोफर?'

'शोफरसकट!'

'ठीक आहे. इथपर्यंत तुझी मजल पोचली तर!'

'मग तुमच्या थापा किती ऐकायच्या? मार्केटिंग देखील करायला मिळालं नाही गेल्या चार दिवसांत! तुम्हाला तुमच्या शब्दाबद्दल किंमत आहे, मला माझ्या पोझिशनबद्दल आहे.'

'तुझी कीव करावी ऐवढी थोडी आहे. फर्लांगावर दुकानं. मार्केटिंग–मार्केटिंग म्हणजे काय? एखादी लेटेस्ट फॅशनची साडीच ना? तेवढ्यासाठी तुला गाडी हवी! परवा

फोनची तीच गोष्ट! एकदम नशिबाचा उद्धार! नवीन बंगला, दाराशी गाडी, घरात फोन, हवी ती वस्तू हवी तेव्हा हाताशी, तरी तू अनलकीच ना? अग ह्यालाच जर अनलक म्हणायचं असेल तर तुझ्यासारखी अनलकी व्हायला कोणतीही बाई आनंदाने तयार होईल!' मी अगदी चिडून म्हणालो.

'मग तेही करा तुम्ही! गाडी देताना मला विचारलं नाहीतच, कुठलीही बाई तुमच्यावर अजून खूष होईल.'

मनावर मोठ्या मुष्किलीनं ताबा ठेवीत मी म्हणालो,

'भाड्याची गाडी आणण्याइतका तो पोरखेळ नाही. आणि त्याहीपेक्षा तू ज्या टोकापर्यंत जाऊ शकतेस त्या टोकापर्यंत मी जाऊ शकत नाही. माझा तो दुबळेपणा असेल कदाचित, पण त्याची मला लाज वाटत नाही. अभिमान वाटतो. परवा तू बंड्याला म्हणालीस तेच खरं. तुझ्या भराऱ्या खूप मोठ्या आहेत. आकाश तोकडं आहे तुला. परीक्षा माझी चुकली. मी तुझी शक्ती अजमावू शकलो नाही. निर्जीव दगड, विटा, सिमेंट, जास्तीत जास्त किती वजन घेऊ शकतात हे मी झोपेत सांगू शकेन, पण तुझी शक्ती अजमावण्यात मी हरलो आहे.'

'तुम्हाला काळजी गाडीच्या भाडयाची आणि शोफरच्या पगाराचीच ना?'

'तुझ्याशी आता काय बोलावं हेच कळत नाही मला! बोलण्यात काही अर्थही नाही म्हणा! जाऊ दे. मी जातो आता बंड्याकडे. मला माझ्या शब्दाची किंमत होती आणि अजूनही आहे. पण त्यापेक्षा मला बायकोची आणि संसाराची जास्त किंमत आहे. घरातली गाडी मी मित्राला दिली हा शहाणपणा होता का मूर्खपणा होता हे ठरवायची गरज आज नाही, पण तू लगेच भाड्याची गाडी आणलीस. ह्याचा अर्थ एवढाच की तुला माझ्याशीच शर्यत खेळायची आहे, माझ्याशीच सामना लढवायचा आहे. मला हे टाळायचं आहे. घर बांधायचा व्यवसाय आहे माझा–मोडायचा नाही. घराबद्दलची भावना दगडविटांच्या सान्निध्यानं निर्माण होत नाही. त्यात जिव्हाळा हवा. ओलावा हवा! आजवर तू एकटी श्रीमंतीत लोळलेली नाहीस. मीही लहानपणापासूनच वैभव पाहतोय, सध्या उपभोगतोय! पण माझ्या ह्या व्यवसायामुळं वैभवाबरोबरच, गवंड्यांच्या बरोबरीनं कामं करणाऱ्या त्यांच्या बायकाही डोळ्यासमोर आहेत. घरं उभी राहातात ती दगडविटांनी नाहीत, तर ज्या माणसांच्या श्रमावर ती उभी राहतात ती माणसं जोडीनं काम करतात म्हणून– अशी माझी श्रद्धा आहे. तू ह्यावर नाक उडवशील पण त्यात काही अर्थ नाही ह्याचही प्रत्यंतर येईल!–'

–'नवरा बायको कशी हवीत?'–माझ्या व्यवसायाच्या भाषेत सांगायचं म्हटलं तर कॉंक्रीटस्लॅबसारखी! स्लॅबमध्ये आम्ही लोखंडी सळ्या वापरतो. सळ्या 'टेन्शन' घेतात आणि –'कॉंक्रीट' कॉम्प्रेशन घेतं. दोधांमुळं इमारत उभी राहते. तुला तुझी

भूमिका पार पाडायची नसली तरी मला माझी भूमिका बजावली पाहिजे. 'टेन्शन आणि काँप्रेशन' दोन्ही मी स्वीकारायला तयार आहे. मी जातो बंड्याकडे. तुला यायचं असलं तर तू खास 'हिलमन'मधून ये. मी बसनं जातो. मला बसची सवय आहे. बसमधून जायचं म्हणजे मला 'हॉरिबल आयडिया' वाटत नाही!

– आयुष्यात मी प्रथमच असा बळकट डोस माधुरीला पाजला आणि बाहेर पडलो. कपडेही बदलायची दखल न घेता माझ्या मागोमाग माधुरीही बाहेर पडली.

बंडूकडे दोघं तिघं पाहुणे आलेले होते. त्यांच्यात कोणत्या तरी विषयावर जोरजोरात वादविवाद चालला होता. त्यातले काही वेचक शब्द कानावर आल्यामुळं मी आणि माधुरी बाहेरच थांबलो. खणखणीत आवाजात बंडूची बायको पाहुण्यांना बंडूच्या तक्रारी सांगत होती–

'बरं का काका, शंभूदेव आहेत अगदी हे! मला ह्यांचे विक्षिप्त विचार कळतच नाहीत. मित्रानं एवढी गाडी वापरायला दिली तर ह्यांचा अट्टाहास की मी ती वापरणारच नाही! म्हणे काय तर लोकांच्या चांगुलपणाचा लगेच फायदा काय घ्यायचा'? — घरात पाहुणे आलेले, तेही मुंबई बघायला! गाडी पाहून मला देव धावूनच आल्यासारखा वाटला. पण ह्यांचे औरच विचार– तो बिचारा ड्रायव्हर, लाख माणूस! सकाळी सहा वाजल्यापासून रात्रीचे नऊ वाजेपर्यंत गाडी घेऊन दारशी उभा असतो. आत्ताही तुम्हांला गाडी दिसेल दाराशी. पण ह्यांनी गाडीकडे पाहिलं नाही! मेली सहा वर्षांनी ट्रिप काढली, तीही लळतलोंबत लोकलने! परवा मुकुंदाला डॉक्टरकडे नेलं तेही बसने, का ट्रामने– पोराच्या अंगात ताप असताना! विचारलं तर म्हणाले काय, 'इट इज ए मॅटर ऑफ प्रिन्सिपल! कसलं मेलं प्रिन्सिपल!'

'एक्झॅक्टली!' बंडू मध्येच म्हणाला, 'हा ज्याचा त्याचा दृष्टिकोण आहे. वैयक्तिक. माझ्या काही निश्चित मर्यादा आहेत! – मी लहान माणूस आहे. माझी धाव मर्यादित आहे. पण काही गोष्टी आयुष्यात करायच्या नाहीत हे मी ठाम ठरवलं आहे.'

'तुम्ही दोघंही माझं ऐका आता' – हा बहुतेक त्या कुणा 'काकाचा' आवाज असावा,– 'काय झालं ह्यावर विचार नको आता! सध्या प्रश्न आहे वेणू आत्याचा. डॉक्टरांनी कॅन्सर म्हणून सांगितलं आहे. रातोरात तिला पुण्याहून हलवलं पाहिजे. सगळे टॅक्सी ड्रायव्हर मैलाला रुपया मागतात. मला स्वत:ला असं वाटतं की, ह्या एवढ्याच कामासाठी बंडोपंत तुम्ही मित्राची गाडी वापरावीत. ही चैन नाही तर आवश्यक बाब आहे. एका व्यक्तीच्या जीवन–मरणाचा प्रश्न आहे.'

'जीवन–मरणाचा प्रश्न आहे म्हणूनच म्हणतो काका, आता मित्राची गाडी नसती तर तुम्ही वेणू आत्याला मरू दिलं असतं का? नसतं दिलंत ना? तेव्हा तसंच

समजा की गाडी वगैरे काही नाही आपल्याजवळ! माझ्याजवळ मी जमवलेले शंभर रूपये आहेत ते घ्या आणि दुसरी काही व्यवस्था करा! मित्राच्या मोटारीबद्दल मी जे मत दिले ते कायम!'

विनवणीच्या स्वरात बंडूची बायको म्हणाली,

'अहो पण...'

केव्हा तरी आमच्या आगमनाची कल्पना द्यायला हवीच होती. दाराची कडी वाजवण्यासाठी मी हात पुढे केला, तो माधुरीने पकडून तसाच मागे घेतला; आणि पाठ फिरवून ती जिना उतरू लागली. मीही तिच्यामागून खाली आलो! रस्त्यावर येताच ती पटकन् म्हणाली,

'लौकर चला. ती पाहा आपली बस आली. चुकेल नाही तर!'

आम्ही धावू लागलो, गाडीमध्ये शोफर जांभया देत बसला होता!!!

✧

दुरुस्ती

आज खूप दिवसांनी दुपारचं झोपायला मिळालं होतं. अर्थात सौ. घरात नव्हती म्हणूनच! नाहीतर एरवी काय होतं, –मी जरा लवंडणार एवढ्यात ती आडवी होते आणि माझ्याआधी घोरायलाही लागते. रात्रभर म्हणे तिचा डोळ्याला डोळा लागलेला नसतो! साहजिकच चिरंजिवांना सांभळण्याची कामगिरी माझ्याकडे येते. म्हणून आज सुप्रभातीच सौ.नं जेव्हा माहेरी जाण्याची घोषणा केली तेव्हा मी म्हणालो, 'बेशक जा!'

'कागद घेऊन काहीतरी खरडत बसायचं असेल.' – सौ.नं अंदाज व्यक्त केला.

स्थळ न सापडलेल्या पहिल्या आठ कथांची आठवण होऊन विव्हल होत मी म्हणालो, 'लिखाण बंद सध्या! मस्तपैकी झोप काढणार आहे!'

खरोखरच मस्त झोप मिळाली होती. झोपेनंतर येणारी एक तऱ्हेची तृप्तीची सुस्ती अनुभवीत मी कॉटवर पडलो होतो. इतक्यात रस्त्यावरून आरोळी आली–

'घरातल्या सर्व गोष्टी दुरुस्त करणार. पंखा, घड्याळ, स्टो–सगळ्या गोष्टी दुरुस्त करणार!'

गॅलरीत धांगडधिंगा करणाऱ्या पोरांपैकी एकाला जवळ बोलावून त्याला मी त्या फेरीवाल्याला हाक मारायला सांगितलं.

दोनतीन मिनिटांच्या आतच एक व्यक्ती दारात येऊन उभी राहिली. टापटिपीचा पोशाख, पायात पॉलिशच्या चपला, तरतरीत चेहरा, भरपूर उंची, आणि शिवाय हाताला घड्याळ!

'कोण हवंय तुम्हांला?' मी विचारलं.

'आपणच हाक मारलीत ना?' त्यानं साश्चर्य विचारलं.

'म्हणजे... म्हणजे काहीतरी घोटाळा दिसतोय! त्या दुरुस्ती करणाऱ्या माणसाला हाक मार म्हणून सांगितल होतं! सॉरी हं!'

'मीच तो! घोटाळा नाही कसलाच!' एवढं बोलून तो गृहस्थ शांतपणे गॅलरीत गेला, आणि बाहेरच ठेवलेली सूटकेस घेऊन परत आला. ती सुटकेसच किमान तीस–पस्तीस रुपयांची असावी. मी 'बसा' म्हणण्याची वाट न बघताच खुर्चीवर बसता बसता तो म्हणाला —

'पुष्कळांची होते अशी फसगत! चालायचंच! बरं तुमचं काय काम आहे सांगा. काय बिघडलयं? काय मोडलंय?'

केवळ वेळ घालविण्याकरिता मी ह्या गृहस्थाला हाक मारलेली. आत्ता ह्याला काय दाखवायचं?... पटकन् टेबलावरचं टाईमपीस त्याच्यापुढं करीत मी म्हणालो, 'ह्या घड्याळाला काय झालंय बघा!'

त्या गृहस्थानं आपली सूटकेस उघडली. आत अद्ययावत् यंत्रसामग्री, चकचकीत हत्यारं, लहानमोठी मीटर्स– अशा बऱ्याच वस्तू होत्या. त्याशिवाय पेटीतच एका बाजूला एक बंद कप्पा होता. माझं हे सूक्ष्म निरीक्षण चालू असतानाच त्यानं घड्याळाची मागची बाजू उघडली. घड्याळ आडवे–उभे धरीत, त्याचा गजर वाजवून पाहात, त्याने काटे वगैरे हलवले, आणि ते परत बंद करीत तो म्हणाला – 'ह्याला काहीही झालेलं नाही. शिवाय गेल्या काही दिवसांपूर्वीच याला ऑइलिंग केलंय मला वाटतं.'

जाग्यावरून झटकन उठलो मी! पुढं होऊन त्याचा हात हातात घेत मी म्हणालो, – सॉरी हं! मी तुमची फक्त परीक्षा घेतली. तसं माझं काही काम नव्हतं! बसा! जरा गप्पा तर मारू या! मी मस्तपैकी चहा बनवतो.'

त्या गृहस्थाचा याला फारसा विरोध दिसला नाही, किंवा मी केलेल्या फसवणुकीबद्दल तो रागावलाही नाही.

मी धीर चेपून विचारलं, — 'आपलं नाव?'

'प्रसन्नकुमार टिकेकर.'

'व्यवसाय?'

'हाच सीलिंग फॅनपासून स्टोपर्यंत सगळ्या गोष्टी दुरुस्त करायचं. तुमचं अजून काही खरोखरच दुरुस्त करायचं असलं तर सांगा!'

मी खुर्चीवर बसत म्हणालो, 'मी एक नवोदित लेखक आहे. मी काही गोष्टी लिहिल्या आहेत. पण सगळ्या कुठं ना कुठं बिघडल्या आहेत. काय बिघडलंय ते मात्र कळत नाही! पाहा, तुम्ही सगळ्या गोष्टी दुरुस्त करता, ह्याही गोष्टी तुम्हांला दुरुस्त करता आल्या तर सांगा!'

प्रसन्नकुमार मोठ्यांदा हसला आणि माझ्याकडे पाहात बिलकूल न कचरता म्हणाला,

'जरूर दाखवा! मी त्याही गोष्टी दुरुस्त करतो. पलीकडच्या आळीतल्या

माडगावकरांच्या दोन कविता आत्ताच दुरुस्त करून आलो.'

मी मोठ्या उत्साहानं टेबलाच्या खणातून सातआठ कथा काढून त्याच्या हातात ठेवीत म्हटलं, 'पाहा, ह्यांना काय काय करायला हवंय् ते.'

चहाचे कप घेऊन मी पुन्हा बाहेरच्या खोलीत परत येईतो त्याच्या सगळ्या कथा वाचून झाल्या होत्या.

'एवढ्यात वाचून झाल्या सगळ्या?'

'हो.'

'एवढ्यात?'

'नजर बसली आहे आता सगळी गोष्ट वाचावी लागत नाही. तीत काय काय नाही, काय आहे, काय कमी आहे, हे ताबडतोब लक्षात येतं आता!'

'बरं मग सांगा आता, काय–काय कमी आहे प्रत्येक कथेत... आधी त्या दुरुस्त होण्याइतपत तरी आहेत का?'

'दुरुस्त होतील, पण किती टिकतील ते मात्र सांगता यायचं नाही.'

'बरं आधी चहा तर घ्या. गोष्टीचं मग पाहू.'

आमचं चहापान आटोपलं.

'हं! आता बोला!'

'तसं सांगणं कठीण आहे. दुरुस्ती केल्यावरही कथा चालते की नाही हे पाहावं लागेल.'

'म्हणजे?'

'आता फॉर एक्झॅम्पल हीच कथा पाहा, हिला बेअरिंग नाही. कथेला बेअरिंग नसलं तर ती 'बोअरिंग' होते.'

'ते मला काही कळत नाही. काय–काय टाकावं लागेल तेवढं तुम्ही पाहा.'

'ठीक आहे. ह्या कथेत बेअरिंग टाकायला हवंय.'

'टाका.'

'इंडियन हवं की इंग्लिश?'

'म्हणजे? त्यातही अशी भानगड आहे का?'

'तर काय! इंडियन बेअरिंग फार टिकायचं नाही. इंग्लिशच वापरा. बहुतेक लेखकांची मागणी इंग्लिश बेअरिंगचीच असते. इंडियन बेअरिंगमध्ये काही दम नाही.'

'पण काय होईल वापरून पाहिलं तर?'

'बहुतेक कुणी नाही रिस्क घेत. तुम्ही साहित्यिक नव्हेतच. असं काही दिवसांनी लोक म्हणतील. हल्ली गडकऱ्यांबद्दल नाही का सभा घेऊन ठरवत, की ते साहित्यिकच नव्हते म्हणून. तसं होईल. त्यापेक्षा तुम्हांला असं बेअरिंग टाकून देतो

की पाहा!, — ओरिजनल पार्ट वाटेल.'

बोलता बोलता प्रसन्नकुमारानं बॅगेचा एवढा वेळ बंद असलेला कप्पा उघडला. जादुगाराच्या पोतडीप्रमाणे त्या कप्प्यात असंख्य चित्रविचित्र वस्तू भरलेल्या होत्या. कुतूहलानं बॅगेत डोकावत मी म्हणालो —

'अजब दुनिया दिसतेय तुमच्या बॅगेत!'

माझ्याकडे फारसं लक्ष न देता प्रसन्नकुमारानं एकामागोमाग एक अशा बाटल्या काढायला सुरुवात केली. माझ्यासमोर एक गुलाबी रंगाची बाटली धरीत तो म्हणाला, – 'फडके साहेबांना ही बाटली नेहमी लागते.'

त्याच्याच शेजारची मातीच्या रंगाची बाटली उचलीत मी म्हणालो, 'आणि ही कुणाची?'

'मिरासदार–पाटील ह्यांना लागते ती. ग्रामीण!'

'प्रणयकथा–कामकथाकारांची बाटली कशी आहे दाखवता का?'

'हो! मी ठेवत नव्हतो इतके दिवस. पण आता सुरुवात केलीय ठेवायला नुकतीच. अहो बिझिनेस आहे ना?'

'मग पाहू द्या की!'

'डे लाइटला दाखवता येणार नाही. फोटोग्राफीला वापरतात ना तसलंच सोल्यूशन आहे.'

'अरेच्या! आणि ही बाटली तर रिकामीच दिसतेय!' दुसऱ्या एका बाटलीकडे बोट दाखवीत मी म्हणालो.

'ती भरलेली आहे. पण तशी दिसणार नाही ती. तिच्यातलं द्रव्य दिसण्यासाठी तुम्हांला वरच्या पातळीवर यावं लागेल. तुमची पातळी जरा खालची आहे. ही बाटली आहे नवकथाकारांची. हिच्यातला आशय सहजी उमगणार नाही. तात्पर्य, ही बाटली रिकामी दिसते, पण खरोखरच ती भरलेली आहे.'

'असेल बुवा! तसंही असेल!' मी खांदे उडवीत म्हणालो.

'हां! तर या तुमच्या कथेला इंग्लिश बेअरिंग टाकायचं म्हणता!... आता कुठं सापडत नाही. — विसरलो बहुतेक बरोबर घ्यायला! पण आहे माझ्याकडे. घरी आहे एक पॅकेट. परवाच आणलंय्.' प्रसन्नकुमार म्हणाला.

'बरं, त्या एका कथेचं राहू दे. बाकीच्यांचं काय?'

'सांगतो.' बाकीच्या कथा हातात घेऊन एकेक बाजूला ठेवती तो सांगू लागला,–

'ह्या कथेची कक्षा रुंद करायला हवी. ह्या तिसऱ्या कथेत आवर्तच नाही. ही चौथी वर्तुळातच फिरत राहते. ह्या पाचव्या कथेत आकृतिबंध जमलेला नाही. ही सहावी सपक आहे. सातवीला टोकच नाही...'

...एकेका शेऱ्याबरोबर माझी एकेक कथा हातावेगळी होत होती. 'कक्षा ,

आवर्त, वर्तुळ, आकृतिबंध, टोक' हे शब्द माझ्याभोवती फेर धरीत राहिले. मला गरागरायला लागलं. मी कसाबसा म्हणालो, 'राहू दे सारं! एकूण ह्या कथा दुरुस्तीच्या पलीकडे आहेत. म्हणजे एका दृष्टीनं त्या सर्व कथांनी कक्षा, त्रिज्या, पातळी, आवर्त–सगळं एकदमच ओलांडलं आहे म्हणायचं!'

'छे! तुम्ही फार नर्व्हस होताय. ह्या सर्व गोष्टी दुरुस्त होतील. जोपर्यंत साहित्याला उपयोगी पडणाऱ्या वस्तूंचं इम्पोर्ट बंद होत नाही, तोपर्यंत कुठच्याही कथेला मरण नाही. सगळ्या गोष्टी दुरुस्त करतो. बोला! पहिल्याच कथेचं बोला, तीत बेअरिंग हवंय! टाकू ना फॉरिन? फार खर्च नाही यायचा. बेअरिंगचे पाच रुपये आणि ते फिट्ट बसवण्याचे पाच रुपये. चालेल ना?'

'एका गोष्टीच्या दुरुस्तीचे दहा रुपये? पुष्कळदा आम्हांला मोबदला तर सोडाच, पण गोष्ट छापून आलेला अंकही स्वत:च विकत घ्यावा लागतो.'

'परवा त्या जोश्यांच्या तीन कथा रिपेअर केल्या. पंचेचाळीस रुपये बैठकीला मिळाले.'

'इतरांची गोष्ट निराळी.'

'कॉंपिटिशनला पाहिलं बक्षीस लागलं पण!'

'तसं क्वचित् घडतं. आम्ही आपले नवोदित. मघाशी सांगितलं ना, आमच्या कथेचा अंक आम्ही विकत घेतो. प्रथितयशांना एकेका कथेचे पन्नास रुपये देणं काहीच जड जात नाही.'

'बरं! राहू दे. तुम्ही नवोदित ना? मी तुम्हांला एक कथा अशीच रिपेअर करून देतो. तुम्ही मला त्याचं काहीच देऊ नका. हो! नवोदितांना प्रोत्साहन दिलं पाहिजे. पाहिजे तर आणा. – सगळ्याच गोष्टी द्या माझ्याकडे. काही फारसं काम करावं लागणार नाही मला.'

'नको, माझ्यासाठी तुम्हांला कशाला फुकट त्रास?'

'त्रास कसला आलाय त्यात? पाहा तर खरं, नुसतं बेअरिंग टाकल्यावर कथा कशी होते ते! पुढल्या महिन्यात कथा प्रसिद्धसुद्धा झालेली पाहाल तुम्ही!' प्रसन्नकुमार निक्षून सांगत होता. मला एकीकडे असं फुकट काम करून घेण्याचा संकोच वाटत होता, तर एकीकडे गोष्टीच्या खाली 'लेखक' म्हणून माझं नाव केव्हा वाचीन असंही झालं होतं.

'विचार कसला करताय?' प्रसन्नकुमारनं विचारलं.

'ज्या गोष्टीवर तुम्हांला कमीत कमी काम करावं लागेल अशी एक गोष्ट द्यावी म्हणतोय.'

'ह्याशिवाय आणखी काही लिहिलंयत का?'

'आहे. आणखी एकच कथा आहे. माझी मलाच ती फार आवडते. तशी मामुली

दुरुस्ती तिच्यातही हवी आहे. पण तिच्यातही नेमका काय बदल करायला हवाय हे मला कळत नाही.'

'द्या. माझ्याकडे द्या. मी बघतो सगळं.'

ड्रॉवरमधून मी प्रसन्नकुमाराला कथा काढून दिली. स्वत:च्या नावाचं कार्ड काढून देता देता तो उठला. जायला निघाला.

'बराय! येतो. माझा पत्ता मी दिलाच आहे. पत्र पाठवा. पुढल्या महिन्यात ही तुमची कथा जरूर प्रसिद्ध होईल बघा! मी तुम्हांला अंक पाठवीनच.'

'अच्छा!'

'अच्छा!'

प्रसन्नकुमार निघून गेला. उरलेल्या कथा गोळा करीत मी प्रथितयश झाल्याची स्वप्ने पाहू लागलो. माझ्या घरी लवकरच संपादकांची पत्रे येऊ लागणार. दिवाळी–अंकांच्या जाहिरातीतून माझं नाव जाड टाईपात अग्रभागी चमकणार! लेखनापायी मला क्षणाची उसंत मिळणार नाही. मग माझ्या मुलाखती छापून येणार. लेखनामागील हेतू काय, ह्यावर क्वचित एखादं व्याख्यान.

खरोखरच महिनाभरानं एक तडाखेबंद खपाची जाहिरात करणारं मासिक माझ्या दारात येऊन पडलं. अधीरतेनं मी ते उचलून वरचं वेष्टनं फाडलं. डोळ्यात प्राण आणून अनुक्रमणिका वाचली. पाहतो तो तीत माझं नाव नव्हतं! सगळा अंक खालपासून वरपर्यंत पाहिला. त्यातही माझं नाव दिसलं नाही. मी रागारागानं अंक दूर कोपऱ्यात भिरकावून दिला आणि सहजच माझं तिकडे लक्ष गेलं. पाहतो तो त्या कोपऱ्यात एक पत्र पडलं होतं! अंकाच्या गडबडीत माझं तिकडं लक्षच गेलं नव्हतं. पत्र प्रसन्नकुमारचं होतं.

प्रिय नवोदित, —

बाकी नवोदित कसले म्हणा! लवकरच तुम्ही प्रथितयश होणार! सोबत अंक पाठवला आहे. त्यात तुमची दुरुस्ती केलेली कथा प्रसिद्ध झालेली आहे. वैयक्तिक अनुभूतीतून कथेचा जन्म होत असल्याने दुरुस्तीसारखे संस्कार ही बाब वस्तुत: संभवत नाही पण काय करणार? आजकाल लेखनाचा उगम अनुभूतीपेक्षा धंदा म्हणूनच जास्त होतो. त्याला व्यावहारिक स्वरूपच जास्त येत आहे. मग क्वालिटीचा विचार कोण करतो? अर्थात असं आहे म्हणूनच आमचा धंदा चाललाय हे विसरता येत नाही! असो.

तुमची कथा वाचली. मला फार आवडली. तिच्यावर मला फार कष्ट घ्यावे लागले नाहीत. कथा उत्तम होती, पण तिच्यात काय बदल करावा हे तुम्हाला न कळल्यानं तुम्ही ती दुरुस्तीला माझ्याकडे दिलीत. कथा चांगलीच होती. मी फक्त नावापुरताच बदल केला आहे. तेव्हा कथेच्या खाली लेखक म्हणून माझंच नाव छापलं आहे.

बाकी कथा तुमचीच आहे. — फक्त नावापुरताच बदल!

बाकीच्या कथा केव्हा पाठवताय?

कळावे.

तुमचा

प्रसन्नकुमार टिकेकर

सापळा

घडलं ते निमिषार्धात! मलाही समजलं नाही. विशाखालाही समजलं नाही. सैलशा आंबाड्यावर बांधलेली वेणी सारखी करण्यासाठी विशाखा आरशासमोर उभी होती. मलाही केसावरून कंगवा फिरवायचा होता. वास्तविक विशाखाचे आरशासमोरचे काम झाल्यावरही मला केस सारखे करता आले असते. पण तेवढ्यात मेघमाला आतूनच 'लवकर आटपा हं!' म्हणून ओरडली. मी झटकन् कंगवा घेऊन विशाखाच्या मागे आरशासमोर उभा राहिलो. विशाखापेक्षा मी चांगलाच उंच होतो. त्यामुळे ती समोर उभी असूनही तिचा मला अडथळा होत नव्हता. क्षणमात्र तिने कलती मान करून माझ्या आरशातल्या प्रतिबिंबाकडे पाहिलं आणि काय होतंय ते समजायच्या आतच ती भिंगरीसारखी गर्रकन् फिरली. माझे हात वर असतानाच तिने मला कडकडून मिठी मारली. आपोआपच माझे हात तिच्या पाठीवर पडले. विशाखाचं चुंबन घेण्याच्या प्रयत्नात असतानाच मेघमालेने दार उघडलं, माझं तोंड आरशाकडे असल्यामुळे मला ते आधी दिसलं. मी विशाखाला दूर लोटलं — विशाखा आरशापासून दूर झाली. तिची वेणी पुन: ओघळली. मी पुन: निर्विकार राहण्याचा प्रयत्न करीत भांग पाडू लागलो. पण त्या हाताला सुटलेले कापरे 'मेघमालेच्या' तीक्ष्ण नजरेतून सुटलं नाही!

मेघमालेच्या नजरेला नजर देण्याचं सामर्थ्य माझ्याजवळ नव्हतं. तिच्या चेहऱ्यावरचे भाव वाचण्याचीही ताकद माझ्याजवळ नव्हती. ते वाचण्याची जरूर पडणारही नव्हती म्हणा. कारण लवकरच आमच्या ह्या दोन खोल्यांच्या बिऱ्हाडात काहीही घडण्याची शक्यता होती.

विशाखाची हकालपट्टी, माझ्याशी कडाडून भांडण, मेघमालेने एकटीने रडत बसणं किंवा फिरणं, वगैरे सगळं रहित होऊन मेघमालेची माहेरी जाण्याची तयारी होणं — एवढ्या संभाव्य प्रतिक्रियांपैकी कोणतीही प्रतिक्रिया होणार होती. मी त्याची वाट

पाहू लागलो. फिरायला जाण्याचे कपडे पुरे करावेत का नाही ह्याचा विचार करू लागलो. तेवढ्यात मेघमाला म्हणाली,

'विशाखा, वेणी पुन: सरकली तुझी. एकदा सारखी कर. मग निघूच आपण.' एवढा सीधासाधा आवाज आणि नेहमीचा सूर ऐकून मी चमकलो! विशाखाही चपापली असावी. मी गांगरून गेलो. विशाखा शांतपणे पुन: आरशासमोर आली आणि म्हणाली,

'बाजूला सरका तुमचं झालं असलं तर!' — मी बाजूला सरकलो, पण त्याच वेळी विचार आला, की मेघमाला पटकन् म्हणेल, 'बाजूला व्हायची आता काय गरज आहे?' — मी भीतभीत मेघमालेकडे पाहिले. माझ्या काळ्या शूमध्ये नवीन नायलॉनचे सॉक्स खोचून ठेवीत ती म्हणाली,

'आज हे नवीन सॉक्स वापरायचे बरं का!'

मला कोणत्याच गोष्टीचा अर्थबोध होत नव्हता मघाच्या विशाखाच्या वागण्याची संगती लावता येत नव्हती. आता मेघमालेच्या मनात नक्की काय चाललं आहे याचा पत्ता लावता येत नव्हता.

विशाखा मेघमालेची मैत्रीण! खरं बोलायचं झाल्यास विशाखा मेघमालेपेक्षा अधिक सुंदर होती! वागणं, बोलणं, चालणं, हसणं, ह्यांचा मला पहिल्या भेटीतच मोह पडला होता. आणि खोटं तरी कशाला बोलू? असं जर कधी घडलं तर ते मला मनापासून हवंच होतं. मेघमालेनं मला सर्वपरींनी सुखी केलं होतं. या दृष्टीने आमच्या संसारात आली एक स्त्री म्हणून मेघमालेत उणीव शोधून सापडली नसती. तरीसुद्धा विशाखामध्ये जी जबरदस्त मोहिनी होती— आकर्षण होतं त्याने मी वेडावून जात होतो, पण त्याचबरोबर एक गोष्ट निर्विवाद होती की, अशा तऱ्हेची सुप्त वासना होत असूनही माझ्याकडून त्या बाबतीत पुढाकार घेतला गेला नसता. विशाखाच्या माझ्यासंबंधीच्या भावनाही मला माहीत नव्हत्या. आमचा परिचय येणंजाणं वाढत होतं. गप्पागोष्टींत तासचे तास लोटत होते. कधीकधी बोलताना एखादी विशिष्ट चमकही विशाखाच्या डोळ्यांत चमकून जात होती. पण मलाच वाटायचं की, आपल्या मनात ज्या काही विशिष्ट भावना आहेत, त्या भावनेमुळे आपल्याला ती चमक निराळ्या अर्थाची आहे असं वाटतं!

पण आत्ताच्या तिच्या त्या कृतीने — ती डोळ्यातली विशिष्ट चमक समजावून सांगितली होती. ते आव्हानच होते. मी ते समजू शकलो नव्हतो म्हणा किंवा त्याचा अर्थ समजावून त्याप्रमाणे कृती करण्याची धमक माझ्यात नव्हती म्हणा, काहीही म्हणा, कृती घडून गेली होती. दोघंही घसरलो आता वेळ चमत्कारिक आली होती. विशाखाने केलेल्या कृतीचा अर्थ लावण्यापेक्षा मेघमाला काय करणार आहे हेच पाहणं आवश्यक होतं!

नेहमीप्रमाणे आमची तयारी झाली. मेघमालेनं कपाटातलं सेंट काढून ते माझ्या कपड्यांना लावलं. तेवढ्याच आपलेपणानं विशाखालाही लावलं. काहीच न बिनसल्याप्रमाणे मेघमाला वावरत होती, आणि आम्हा दोघांना निदान मला तरी कुठल्या मन:स्थितीत वावरावं हे कळत नव्हते. अपराधी चेहरा करूनही उपयोग नव्हता आणि काहीच घडलं नाही हे दाखवण्याचा प्रयत्नही मेघमालेसमोर व्यर्थ होता.

त्याच अवघडलेल्या अवस्थेत फिरणं संपलं. दुसऱ्या दिवसासाठी भाजी खरेदी झाली. रवा-साखऱ्या, काड्यापेट्यांचं डझन असल्या वस्तूंचीही पिशवीत भर पडली. एकमेकांचा निरोप घेताना नेहमी घेतो त्याप्रमाणे आईस्क्रीमही घेऊन झालं. एखाद्या उंदराला पाण्याच्या पिंपात बुचकळून बाहेर काढावा, अंगावरचं पाणी सुकलं की, पुन: त्याला पिंपात बुचकळावा तशी माझी अवस्था होत होती.

अंग ओले असताना मधूनच जो एक चमत्कारिक काटा सर्वांगावर फुलतो तसा काटाही माझ्या अंगावर फुलत नव्हता. आणि तसा मी तेवढा कोरडाही राहिलो नव्हतो. शिंक आल्यासारखी वाटणं आणि अजिबात न येणं अशाच परिस्थितीत ते सगळं फिरणं – आईस्क्रीमसकट पार पडलं.

घरी परतल्यावर काही तरी घडावं ही अपेक्षा होती. चार चार महिने आलोचन जागरणं करून अभ्यास केलेल्या विद्यार्थ्याला असं एकदा वाटण्याचा काळ येतो की, पेपर सोपा असो, अवघड असो, यश येवो न येवो, पण एकदा परीक्षेचा दिवस उजाडू दे. माझं तेच झालं. भांडण तर भांडण, अबोला तर अबोला आणि क्षमायाचना तर क्षमायाचना, काहीही घडू दे पण घडू दे!

आणि ह्याच्या अगदी उलट मेघमाला वागत होती. जणू काही मी तिलाच बाहुपाशात घेतली होती. तिचंच चुंबन घेतलं होतं, किंवा ती माझी मैत्रीण होती आणि विशाखाच माझी बायको होती. जेवणं त्याच मन:स्थितीत आटपली. मेघमालेने नेहमीप्रमाणे शेजारी शेजारी बिछाने घातले, पाण्याचा तांब्या भरून ठेवला. आणि झोपण्यापूर्वी सुपारीही कातरून हातावर ठेवली. आणि नेहमीप्रमाणे दिवा बंद करून ती माझ्या गळ्यात हात टाकून झोपूनही गेली.

आणि अशाच मन:स्थितीत एक दिवस गेला. दोन गेले. तीन गेले. दहा गेले. माझ्या मनावरचं दडपण, चोरटेपणा वाढत होता. त्यावर इलाज सापडत नव्हता, मेघमाला रागवत नव्हती. चिडत नव्हती. चांगलं वाईट-काहीतरी घडायल हवं होतं. घडत नव्हतं. माझ्याकडून अपराध घडला होता. मला शिक्षा हवी होती. क्षमा आणि त्यातल्या त्यात बायकोकडून तर नकोच होती. मेघमालेच्या मनाचा ती दाखवत असलेला हा मोठेपणा मला सहन होत नव्हता. इतर बाबतीतही तिच्या मनाच्या मोठेपणाचं मला प्रत्यंतर आलं असतं तर मला तिच्या ह्या मौनाचं

काही वाटलं नसतं, पण तशी ती अगदी सामान्य स्त्री होती. म्हणूनच ती दाखवत असलेलं हे असामान्यत्व खरं आहे की खोटं आहे हे मला जाणून घ्यायचं होतं. तिला ते समजून द्यायचं नव्हतं. मला तिच्याकडून उदार मनानं मिळणारी माफी नको होती, अशा माझ्या मनाच्या चमत्कारिक अवस्थेत मेघमाला मला कुठेतरी फार उंच पायरीवर आहे असं वाटायला लागलं होतं. त्या पायरीपासून मी खूप पायऱ्या खाली आलो आहे असं सारखं बोचत होतं. तिचे उपेक्षेचे हुंकार मी सहन केले असते. खिजवणारी नजर पचवली असती. अपमान जिरवला असता. अबोला मानला असता, पण ह्यातलं ती काहीच करीत नव्हती. मग मात्र एका विचित्र जिद्दीला मी पेटलो. तिच्या माझ्यामध्ये ज्या काही पायऱ्या रिकाम्या पडल्या होत्या त्या मला नाहीशा कराव्यात असं वाटू लागलं. मी वर पोहोचू शकत नव्हतो. तिलाच आता खाली आणायला हवं होतं. तिच्याकडून काहीतरी घडवायला हवं होतं. मग मी तिला उदार मनाने क्षमा करणार होतो!

ह्याच मन:स्थितीत एकदा ऑफिसला जाताना पोतनीस भेटला. पोतनीस नावाप्रमाणे रंगबाज होता. बापाने केवळ उधळण्यासाठी संपत्ती ठेवली होती. आणि रंग्या त्याप्रमाणे वागावयास कसूर करीत नव्हता. त्याच्या जीवनातल्या रोमहर्षक हकीकती त्याने मला खूप वेळा चहा आणि केकने भरलेल्या बश्यांसकट सुनावल्या आहेत. त्याच्या गप्पांतून बहुतेक वेळेला किती मुलींबरोबर हिंडलो आणि किती मुलींबरोबर कोणत्या पायरीपर्यंत मजा मारल्या हाच विषय असे. माझं लग्न होईपर्यंत रंगाच्या ह्या गप्पांत मला चांगलाच रस होता. लग्न झाल्यावर मात्र मी त्याला हेतुपुरस्सर चार हात लांब ठेवला होता. मेघमालेवर तो आपलं वजन पाडल्याशिवाय राहणार नाही त्याबद्दल मला खात्री होती. माझ्यापेक्षा तो दिसण्यात उजवा होता. त्याच्या बोलण्यात समोरच्या व्यक्तीला जिंकून घेण्याची अमाप शक्ती होती. आजही मी त्याच्याकडे दुर्लक्ष केलं असतं. पण परिस्थिती बदलली होती. मेघमालेला खाली आणण्यासाइी मला उपाय हवा होता. मार्ग कुठला पत्करायचा ह्याबद्दल कुठलंच बंधन पाळायचं नाही, असं मी ठरवलं होतं.

'रंग्या!' मी मोठ्यांदा हाक मारली. रंगा थबकला.

'क्यां सरकार, बहोत दिन के बाद याद हुई!'

'याद तो होती ही है. लेकीन वख्तने लाचार किया है!'

'ए, बंडल मत मारो रे. परवाच दिसलास कुटुंबासकट. पण बघून न बघितल्यासारखं केलंस, तेव्हा समजलो की, लग्नातला होमाचा धूर अजून डोळ्यावर रेंगाळतोय ते!'

–रंगा हल्ला चढवायला लागला.

'अरे, खरोखर तसं नाही. ऑनेस्टली सांगतो. ते जाऊ दे. तू आपण होऊन आला असतास तर काही बिघडलं असतं?'

'तुझं लग्न झालं नसतं तर आलो असतो आपणहून. हो बुवा, आपल्याला कुणावरही जबरदस्ती करायला आवडत नाही. एवढा षोक केला पण तत्त्व अबाधित ठेवलं. खुषीचा सौदा असेल तरच तो पत्कारायचा फसवाफसवी केली नाही आजवर. All cards are open. मौजेकरता मौज अशी सरळ सरळ आगाऊ कल्पना द्यायची आणि मग डाव रंगवायचा. तू लेका लग्न झाल्यापासून मला टाळतो आहेस. हे काय मी पहचानले नाही?'

'अरे खरंच तसं नाही.'

'कबूल करण्याचा प्रामाणिकपणा तर दाखवशील की नाही! तुझ्याही बायकोवर मी इम्प्रेशन मारीन ही तुला भीती.' रंग्याने माझी 'विकेट' घेतली.

'तसं तर मुळीच नाही. केव्हाही ये. पण तसं नकोच. नक्कीच करू या. येत्या शनिवारी येतोस? येच!'

'अच्छा! ठरलं. शनिवारी साडेतीन वाजता मी येतो. चहा, पोहे तयार ठेव!'

'जरूर! जरूर!'

माझी पावलं पडू लागली सावधानतेने – जागरूकतेने. रंग्याच्या येण्याने नांदी होणार होती. भरतवाक्य –पण जाऊ दे. रंग्याच्या कर्तृत्वाविषयी माझ्या मनात संदेह नव्हता.

शनिवारी पाच वाजता मी थकलेला चेहरा करून घरी गेलो. माझा चेहरा पाहून मेघमाला जवळ आली. तिने आस्थेने विचारपूस करताच ऑफिसात वाढलेल्या कामाचा तपशील मी तिच्यापुढे वाचला. अर्ध्या तासाने चहा–पोह्यांची बशी हातात देता देता ती म्हणाली,

'तुमच्या लक्षात राहात नाही आणि तुम्ही कुणाकुणाला आमंत्रण करून ठेवता. तुमचा तो रंगा आला होता ना!'

'खरंच की! साफ विसरलो बघ! काय म्हणतोय?'

'काही नाही. चिकार गप्पा मारल्या त्याने पहिल्याच ओळखीत. मला अशी मोकळी माणसं फार आवडतात. कलंदर प्राणी दिसतोय. खूप फिरलेलाही दिसतोय.'

'ते काही विचारू नकोस. अगदी राजा माणूस आहे बघ!' तिच्याचएवढा उत्साही स्वर ठेवत मी म्हणालो.

'कोणत्या एका विषयाची माहिती नाही असं नाहीच.' मेघमाला पुढे म्हणाली.

— माझी पहिली पावलं आणि रंगाचीही पहिली पावलं अचूक पडत होती. इतके दिवस मुली कशा भाळतात ह्याचं वर्णन मी त्याच्या तोंडून ऐकलं होतं. आज एका मुलीकडून त्याचे पवित्रे मला समजणार होते. पहिल्या दोन तीन भेटीत प्रतिपक्षाला केवळ वक्तृत्वावर गार करायचं हे रंगाचं पहिलं तत्त्व. त्या तत्त्वाची अमंलबजावणी व्हायला लागली. प्रतिक्रिया मला अगदी जवळून पाहायला मिळणार होती.

रंगाबद्दलचं बोलणं बराच वेळ मी मेघमालेकडून ऐकून घेतल्यावर शेवटी विचारलं,
'पुन: केव्हा येतो म्हणालाय?'

'येत्या गुरुवारी साडेसहा वाजता येणार आहेत. ह्या बाजूला कुठेतरी त्यांचा प्रोग्रॅम आहे म्हणे. फ्ल्यूट फारच चांगली वाजवतात म्हणे!'

गुरुवारी रात्री मी नऊ वाजता घरी आलो. मेघमाला जरा घुश्शात होती. टेबलावर फ्लॉवरपॉटमध्ये भला मोठा फुलांचा गुच्छ व्यवस्थित लावलेला होता. रंगाचं आगमन झालं होतं ह्याची ती निशाणी होती. पँटच्या खिशातून रुमाल काढताना मी सिनेमाची तिकीटं मुद्दाम खाली पाडली. मेघमालेला चांगलं निमित्त मिळालं.

'खुश्शाल सिनेमाला गेला होतात ना? कमाल झाली. आज तुमचा नुसता मित्रच रागावला असं नाही तर मीही रागावले आहे!'

'तुम्हा दोघांचा राग मी समजू शकतो. सिनेमाला मी खुश्शाल गेलेलो नाही. ऑफिसातल्या नाडकर्णींने आज पार्टी दिली–एंगेजमेंट झाल्याबद्दल. सांग मग मला नाही कसं म्हणता आलं असतं ते! आणि खरं सांगू का, तुम्हा दोघांच्या गप्पा ऐकण्यात–त्यांत प्रत्यक्ष भाग घेण्यापेक्षाही –नंतर तू तुझ्या भाषेत जे काही सांगतेस ना ते इतकं सुसंगत आणि सूत्रबद्ध सांगतेस की पुष्कळदा मोह होतो तुझं एकटीचंच ऐकण्याचा. बोला राणी सरकार, काय म्हणत होता रंग्या?'

'तुम्ही त्याला रंग्या–रंग्या करता खरं, पण बाहेर त्यांना केवढा मान आहे हे माहीत आहे तुम्हांला?'

'बाईसाहेब, तो पहिला आमचा मित्र आहे. तुमचा नाही समजलात! त्याच्याबरोबर नुसते दिवस नाहीत तर रात्री जागवल्यात –रात्री! आहात कुठे!'

'भाग्यवान आहात असा मित्र मिळाल्याबद्दल! काय त्यांच्या ओळखी तरी ठिकठिकाणी. समोरचा फुलवाला न सांगता – एक पै न घेता रोज हे एवढाले गुच्छ टेबलावर आणून ठेवतोच. आज त्यांनी तुम्हाला द्यायला आणला होता. पण तुमचा पत्ता नव्हता. आता मात्र त्यांनी बजावलं आहे, पुढल्या वेळेला येईन तेव्हा बाहेरून डोकावून पाहीन. तुम्ही दिसलात तरच घरात येणार म्हणालेत.'

माझे आडाखे आणि रंगाचे फासे अचूक पडत होते. पुष्कळदा मनात येत होतं. आपण फार मोठा डाव खेळत आहोत. अकारण जिद्दीला पेटलो आहोत. स्वत:च्या बायकोवरच काय जय मिळवायचा– ? तिला खाली खेचून आपण काय मिळवणार आहोत? ह्या डावात आपणच पुन: हरलो तर? खरोखरच रंगा जिंकला तर? पण रंगा जिंकला तर आपल्याला हवंच आहे. तो जिंकणार ह्या खात्रीनेच आपण त्याला जवळ केलं आहे. जाऊ दे. जे झालं ते झालं. आता माघार घेण्यात अर्थ नाही. रंगा जिंकायला हवा. मेघमाला हरली पाहिजे. चळली पाहिजे. थोड्याफार प्रमाणात घसरली पाहिजे. माझ्या पायरीवर यायला पाहिजे. मग मी तिला क्षमा करणार आहे.

विशाखाच्या बाबतीत ती सध्या जशी माझ्याशी वागत आहे तसा मीही तिच्याशी वागणार आहे.
त्यानंतरच्या तिनी–चारीही वेळेला जेव्हा जेव्हा रंगा येणार होता त्या वेळेला मी त्याच्या वेळा चुकवल्या. प्रत्येक वेळी मेघमालेला शंका येणार नाही अशी कारणही मला न शोधता सापडत होती. काहीतरी भलंबुरं घडायला हवंच! जो जो जास्त दिवस जात होते तो तो माझी अस्वस्थता वाढत होती. त्या घडलेल्या प्रकारानंतर विशाखाही आली नव्हती. त्या गोष्टीचा उल्लेख मेघमालाही करीत नव्हती. बायका इतर कुठल्याही बाबतीत गप्प बसतील, पण ह्या असल्या बाबतीत गप्प बसणं कालत्रयीही शक्य नाही. त्या गप्प बसण्यामागे जर काही जबरदस्त कारण असेल तर ते मला समजायला हवंच होतं!
त्यानंतर एके दिवशी मी घरी पोचताच मेघमाला म्हणाली,
'ह्या वेळेला मात्र मी तुम्हांला कोणतंच कारण सांगू देणार नाही. तुमच्या मित्राने सिनेमाचे पासेस आणले आहेत, 'कागजके फूल'चे. स्वतः गुरुदत्तनी त्यांना दिले म्हणालेत. पाहा किती मोठ्या मोठ्या माणसांबरोबर त्यांच्या ओळखी आहेत ते!'
'अग हो हो, ते सगळं मी नाकारतो आहे का? दिवस तर सांगशील कोणता ते!'
'गुरुवार. प्रेस शोलाच जायचं आहे!'
'पाहा, माझ्या सोयीप्रमाणे तुम्ही दिवस निवडत नाही.'
'का, आता काय झालं?'
''त्या दिवशी आमची मीटिंग आहे. मीटिंग झाल्याबरोबर ऑफिस सुपरिंटेंडेंटला सेंड ऑफ आहे!'
'ऊं ऽऽ तुम्ही मारा की दांडी त्या दिवशी?'
'नाही गं. अजिबात शक्य नाही. पार्टी मलाच अ‍ॅरेंज करायची आहे.'
— मेघमाला हिरमुसली झाली. मला आनंदाच्या उकळ्या फुटू लागल्या. कुठल्या मनःस्थितीचा मी बळी झालो होतो कुणास ठाऊक! पण ज्या माणसापासून मी हेतुपुरस्सर दूर राहिलो होतो त्यालाच मी जवळ केला होता. ज्या तऱ्हेने कुणी केला नसता त्या तऱ्हेने! आता सिनेमापर्यंत रंगाची मजल आली होती. त्याचे हे सगळे टप्पे मला ज्ञात होते. एक पाऊल पुढे टाकण्याची –काहीतरी कृती करण्याची– सिनेमा ही पहिली पायरी होती. अभावितपणे – किंवा संभावितपणे पहिला स्पर्श करायचा. आणि त्या पायावर पुढली इमारत उभी राहील का ढासळेल ह्याचा अंदाज घ्यायचा! ह्या मार्गाने त्याने आजपर्यंतची प्रकरणं रंगवली होती.
मेघमालेच्या बोलण्यात अलीकडे रंगाचा उल्लेख वाढत्या प्रमाणात होता. ती रंगाच्या व्यक्तित्वाने भारली गेली होती निश्चितच. वास्तविक मला पिक्चर पाहताना काय काय होणार हे पाहण्याची तीव्र इच्छा होती. पण माझ्या हजर

राहण्याने काहीच घडणार नव्हतं. त्या दोघांच्या नकळत पाठीमागे बसण्याची सोय करून घेणं म्हणजे फार आटापिटा करावा लागणार होता. शेवटी ह्यातूनच पुढे काहीतरी विशेष घडणार आहे ह्याबद्दल मला खात्री होती. रंगाच्या शेड्यूल प्रोग्रॅमप्रमाणे त्याने सिनेमा नंतरच्या पिकनिकचा कार्यक्रम आखला म्हणजे थिएटरात पायाभरणीचा समारंभ झाल्याचं गृहीत धरायला हरकत नव्हती.

— गुरुवारी मी ती मंडळी घरातून निघाल्यावर घरी पोचलो. मेघमाला घरी येईतो मला काहीच काम नव्हतं. कपडे बदलून मी आरामात कादंबरी वाचत पडलो. ती कादंबरीसुद्धा रंगानेच घरात आणून टाकली होती.

लेखकाने म्हणे त्याला अभिप्रायासाठी दिली होती. हेही मला नवीन नव्हतं. स्वखर्चाने पुस्तक विकत घेताना मी त्याला खूपदा नुसताच पाहिला नव्हता तर स्वत:च्या हाताने पुस्तकातल्या पहिल्या कोऱ्या पानावर 'अभिप्रायार्थ' असं लिहूनही दिलं होतं.

घड्याळात आठाचे टोले पडायला आणि दारात मेघमाला उभी राहायला एकच गाठ पडली. आश्चर्यातिरेकाने मी विचारलं,

'एवढ्यात पिक्चर सुटलं?'

'माझं सुटलं. इतरांचं नाही.' शांतपणे मेघमाला म्हणाली.

'म्हणजे?'

'तुमचा जिगरी दोस्ताने हातात हात घेण्याचा प्रयत्न केला!'

'काय, सांगतेस तरी काय? एवढा नीच असेल ह्याची कल्पना...'

'तुम्हाला होती–' तेवढ्याच शांतपणे मेघमाला म्हणाली. मला तिचा थंड सूर ऐकवेना.

'मग तू काय केलंस?' मी आवाज वाजवीपेक्षा चढवून विचारलं. त्याच आवाजात ती म्हणाली.

'मी थाडकन् त्याच्या तोंडात भडकावली आणि निघून आले.–'

मनातली निराशा लपवीत मी वरकरणी म्हणालो, 'उत्तम केलंस. मी नव्हतो ते बरं झालं. माझ्या हातून आणखीन् अविचार घडला असता.'

'तुमच्या हातून काय घडलं असतं त्याला महत्व नाही. आतापर्यंत काय घडलं ह्याला महत्व आहे. मला तुम्ही एवढी दूधखुळी समजता? तुमची प्रत्येक पावलं, प्रत्येक हालचाल मला समजली आहे. रंगासारख्या कफल्लक माणसाची ओळख करून देण्यापासूनच्या सगळ्या हालचाली मला समजल्या आहेत. मला फक्त एवढंच पाहायचं होतं की तुम्ही कोणत्या टोकापर्यंत जाऊ शकता. माझ्याबद्दल मला खात्री होतीच...

'विशाखाच्या बाबतीत तुम्ही घसरलात. खरी चूक कोणाची हे पाहण्याचीही मला

आवश्यकता तेव्हा भासली नाही. मनात एखादी गैर भावना निर्माण झाली तरी त्याप्रमाणे वागायची तुमची ताकद नाही हे मी ओळखून होते. माणसाला होतो एखादेवेळी मोह. स्वत:वर ताबा ठेवायला माणूस काही वेळा कमी पडतो हेही मी जाणून होते. पण तेव्हा मला तुमची जेवढी भीती वाटली नव्हती तेवढी आता – म्हणजे मीही खाली येण्यासाठी तुम्ही जे प्रयत्न केलेत – तेव्हा व्याटतं आहे. आता मात्र तुमच्यापासून सावध राहायला हवं!...'

✧

बस चुकली

'**कि**ती दिवसांनी भेटतोयस्?' शरद सातवळेकरनं जवळ येत विचारलं.

'हिशेब वर्षांत करू या. म्हणजे सोपा जाईल!' मी संथपणे म्हणालो.

माझा संथपणा त्याला मानवणार ह्याची मला अटकळ होतीच. माझा हात पकडून त्यानं तो गदगदा हलवून विचारलं,

'एवढं शांतपणे सांगतोस? काही एल्एजे?'

'तुम्ही नाहीसे व्हा. पाठवलेल्या पत्रांना उत्तरही पाठवू नका! आम्हीच आपलं वन् वे ट्रॅफिकसारखी पत्रं पाठवीत सुटायचं. ह्याबद्दल काही केएच्एएन्टी?'

आमची– म्हणजे मी, शऱ्या सातवळेकर आणि प्रभाकर नानिवडेकर ऊर्फ तंट्या– आमची ही विशिष्ट भाषा! शेवटचा शब्द स्पेलिंगमध्ये बोलायचा ही मूळची कल्पना तंट्याची. आडवातिडवा वाढलेला– काहीसा बेछूट–बेपर्वाई– अशा नानिवडेकरच्या स्वभावावरून आम्ही त्याला तंट्या हे नाव बहाल केलं होतं. शऱ्यानं प्रभ्याची ही भाषा लक्षात ठेवल्याचं पाहून मला आणि मीही त्याचं अनुकरण केलं म्हणून शरदला– आम्हा दोघांना आनंद वाटला. आम्ही झटकन् भूतकालात गेलो.

'खरंच, काय पत्ता काय हल्ली तंट्याचा?'

'स्वारी मुंबईतच आहे, अगदी क्वचितच भेटतो पण. जवळ जवळ दीड वर्ष झालं. लोकलमध्ये दिसला होता. एक पारशी फटाकडी जवळ होती म्हणून मीच ओळख नाही दिली.'

'अजून प्रकरणं चालू आहेत म्हणायची?'

'सुधारून वाढवलेल्या आवृत्त्या म्हणेनास! पुणं गाजवलंच होतं. आता मुंबई म्हणजे तर काय कुरण आहे कुरण!'

'बरं बुवा, तुम्हाला पोरी गटवता येतात. आम्ही एका मुलीला गटवायला गेलो

आणि स्वत:च गटलो. आठ दिवस फिरलो. नवव्या दिवशी लग्न करून बसलो. लग्नाचा विषय न काढता मुलीकडून हवं ते सगळं मिळवायचं, हे टेक्निक साधायला तंट्याच हवा. खरं की नाही?'

'जाना दो यार! अशी माणसं जन्मावीच लागतात.' माझा चेहरा आणि आवाज थोडा खाली आला. माझ्याकडे रोखून पाहात शऱ्यानं म्हटलं,

'वास्तविक तुझा आवाज खाली येण्याचं कारण नाही. तूही काही कमी मजा मारली नाहीस! आपल्या तिघांत झटपट गटणारा आणि लग्न करणारा मीच काय तो मोरू निघालो.'

'हूं ऽऽऽ! तेहि नो दिवसा गता!' मी सुस्कारा टाकीत म्हणालो.

थोडा वेळ शांततेत गेला. शरदनंच पुन: विचारलं,

'इकडे कुणीकडे आत्ता?'

'मुलगी पाहायला चाललोय!'

'आं! काय म्हणतोयस तरी काय?' शऱ्या ओरडलाच.

'खरं तेच सांगतोय!'

'आश्चर्य आहे!'

'कसलं?'

'तुझ्यासारख्यानं लव्ह मॅरेज करायचं का असलं मिळमिळीत प्रपोज्ड मॅरेज करायचं?'

'प्रपोज्ड मॅरेज मिळमिळीत म्हणून तुला कुणी सांगितलं? उलट त्याच्यासारखा चार्म कशातच नाही. विशेष काहीच माहिती नसलेल्या मुलीबरोबर रोमान्स– दुसऱ्या कशाचीही सर त्याला यायची नाही. बाकी तू एकटा फसलास असं नाही. आमचे पिताश्री ह्याच विचारात होते. लव्ह मॅरेजवर माझा विश्वास नाही असं मी एकदा जेवताना बोललो, तेव्हा त्यांना एवढा ठसका लागला की पुढं जेवणच जाईना.'

डोळे विस्फारीत शऱ्यानं विचारलं,

'म्हणजे आपले उपद्व्याप घरातल्या मंडळींच्या कानापर्यंत पोचले होते तर?'

'अगदी तपशीलवार नाही पण झलक ऐकली असणारच. आणि बाकीचा पुष्कळसा तर्क! पोरींबरोबर हिंडताना आपल्याला काही दिसत नसतं, पण बाकीच्यांना आपणच दिसत असतो ना! काय खरं की नाही?'

'नाही बाबा. माझा एवढा व्यासंग नाही. बरं ते जाऊ दे! मुलीचं नावगाव काय? कुठं राहते? कशी आहे? शिकली किती?'

'नाव वंदना.'

'प्रथम वंदे!' शऱ्या.

त्याच्या पाठीत बुक्का घालीत मी म्हणालो,
'चावटपणा बस्. पुढची माहिती हवी की नको?'
'बरं बोल!'
'गाव–सातारा!'
'सावधान!' शऱ्या बडबडल्याशिवाय राहायचा नाही हे गृहीत धरून मी म्हणालो,
'सध्या उतरली आहे पुरंदरे कॉलनीत. पत्ता शोधावा लागणार आहे. त्या आधी बस हवी आहे म्हणून वीस मिनिटं लाइनीत उभा आहे. बससाठी आराधना चालली आहे.'
माझ्या शेजारी उभ्या असलेल्या एका देखण्या मुलीकडे साभिप्राय पाहात शऱ्या म्हणाला,
'लाइनीत अर्थ आहे!'
'किती वाह्यातपणा करशील?' तिला ऐकू जाईल ना!'
'सॉरी–सॉरी. हं पुढं– गाव सातारा!'
'हं. शिक्षण इंटरपर्यंत!'
'म्हणजे कॉलेजचं वारं अंगावरून फिरलंय्! नाईस नाईस. बरं मुख्य मुद्दा गाळलास. दिसते कशी?'
'ते पाहायचं आज. घरची बाकीची सगळी मंडळी पाहून आली तिला, खूप सुंदर आहे असं ऐकतो.'
पुन: शेजारच्या मुलीकडे नजर टाकीत शऱ्यानं विचारलं,
'खूप सुंदर म्हणजे कशी? आपल्या शेजारी आहे इतपत?'
'ते माहीत नाही. पण तशी असेल तर आपल्याला आवडेल!'
पाठीवर पुन: थाप मारीत शऱ्या म्हणाला,
'यंव रे पठ्ठ्या! आता मला समजलं, मस्तपैकी रिक्शानं जायचं सोडून स्वारी इथे का तप करीत उभी आहे ती! ये बात है ऽऽ!'
'तुला ऑनेस्टली सांगतो, ह्या वेळेपर्यंत डोक्यात तसे काही विचार नव्हते.'
'तुला मी मात्र खरं सांगतो. माझं लक्ष शेजारी गेलं आणि नंतर जवळ येऊन पाहतो तो शेजारी तू, प्रथम मला वाटलं, तुझंच एखादं 'गणित' असेल.'
'अरे चोरा! अगोदर शेजारी लक्ष गेलं काय? वहिनींना सांगतो थांब. तुझं आता इकडे तिकडे लक्ष का?'
'आता तर लक्ष जास्त! इतके दिवस स्त्री ही चीज काय आहे हे माहीत नव्हतं, म्हणून पाठपुरावा होता. आता लग्न झाल्यावर खरोखरच ही चीज पाठपुरावा करण्यासारखीच आहे हे पटलं म्हणून पाठपुरावा!'

'शऱ्या–शऱ्या, स्वत:ला मोरू म्हणवून घेतोस आणि आमच्यावर ताण करतोस?'

'फक्त बोलण्यातच रे! पुढं काही नाही. तसं जर असतं तर ती निर्मल चिटणीस संशयकल्लोळ नाटव्âात काम केल्यावर तुझ्या मागे न लागता माझ्या मागे लागली असती.'

'काय सांगतोस काय वैशाख्या?'

'होय रे आश्विन्या! एकदोनदा हॉटेलात सुद्धा गेलो. फॅमिली–रूममध्ये. पण पुढे काय, नुसत्या गप्पा! आमचा उजवा हात आमच्याच डाव्या हातात, आणि आमचा पाय आम्हीच दाबत होतो.'

'ती मुलगी त्यातली नव्हतीच रे!'

'म्हणजे?'

'म्हणजे फॅमिलीरूममध्ये प्रेम करता येतं ह्यावर तिचा विश्वासच नव्हता. तिला खुल्या वातावरणाची ओढ होती. फॅमिलीरूमपेक्षा तिला मुंबईच्या चौपाटीवर नेलं असतंस तर...'

'म्हणजे तुझ्याबरोबर...!'

'इति! अलम्!' — शरदचं कुतूहल मी दाबून टाकलं. तो चपराक बसल्याप्रमाणे गप्प बसला. पुन: त्यालाच राहवेना. कितीही झालं तरी एकेकाळचे आम्ही तीन देहाचे एका दिलाचे. सुखदु:खाच्या तीन समान वाटण्या करून घेणारे! त्यानंच पुन: विचारलं,

'शारदा कधी भेटली होती का रे तुला!'

'नाही. त्या एकाच ठिकाणी माझा पराभव झाला!'

म्हणजे?'

'म्हणजे एवढंच, की तिचं नाव निघालं की अजून मी थबकतो. तिच्याचमुळे मी एवढे दिवस लग्नाचा राहिलो, असं म्हणालास तरी चालेल.'

'म्हणजे तसं काही खास घडलं होतं का?' शरदनं कुतूहलानं विचारलं.

'खास ह्या शब्दाची व्याख्या सांगशील का?'

'अनिर्बंध.' तो तत्परतेनं म्हणाला.

'तुझा गैरसमज आहे एका गोष्टीबाबत. मी खूप मुलींबरोबर फिरलो. कबूल करतो. मी तेवढा कोरडा नाही. तरीही एक विशिष्ट अंतर आपण तोडायचं नाही ही मनाशी खूणगाठ होती. आणि ती मात्र एवढी ठाम होती की आत्मसमर्पणाच्या तयारीनं आलेल्या मुलींनाही मी लांब अंतरावर ठेवू शकलो. ठराविक पायरीच्या खाली जायचं नाही. जबरदस्तीनं समोरच्या व्यक्तीवर गोष्टी लादायच्या नाहीत वगैरे ठाम संकेत माझ्या जवळ होते.

'तंट्याचं मात्र तसं काही स्वत:वर बंधन नव्हतंही आणि आजही नाही. अलीकडे तो मला भेटला नाही हे खरं. पण त्यात काही बदल घडेल असंही घडलेल्या सहवासावरून वाटत नाही. शारदेच्या वडिलांनी जर तऱ्हेवाईकपणा दाखवला नसता तर मी शारदेशीच लग्न केलं असतं. ती एकच मुलगी अशी भेटली की मला तीव्रतेनं वाटून गेलं की ह्या मुलीबरोबर फिरणं शक्य नाही. नुसत्या गप्पाही शक्य नाहीत. स्पर्श तर नाहीच नाही. केलंच तर एकदम लग्न! पण नाही घडलं ते. लग्नही घडलं नाही, आणि मी तिला विसरूही शकलो नाही अद्याप. बाकीच्या मला कधी आठवत पण नाहीत.'

'बाकीच्या म्हणजे?'

'तुला माहीतच आहेत! विलासिनी कर्णिक– हिला नुसता पैसा हवा होता. कुमुद दामले– हिला नुसतं हॉटेलिंग. श्यामा परांजपे– नुसता प्रवास. एक ना दोन, चिल्लर किती वेळ मोजणार, नाही का? एक मात्र निश्चित सांगतो की ह्या सगळ्यांच्या बरोबर होतोही आणि नव्हतोही. त्या सगळ्यांबरोबर असतानाही— माझा मी— कोणीतरी निराळा आहे. ह्याची मला सतत जाणीव होती. माझ्याभोवती कक्षा होती. कसलं तरी अज्ञात कुंपण होतं. सीमारेषा होती! तंट्याचं मात्र सारंच न्यारं. त्याच्यासारखं मला जमणार नाही. जमावं असं वाटलं पण नाही कधी.

''I never played with anybody at the cost of their feelings and sentiments.''

तेवढ्यात बस आली. देवाचे आभार मानीत मी रांगेबरोबर पुढं पुढं सरकू लागलो.

'मागच्या बसनं जा रे. एवढी काय घाई आहे?'

'नाही— नाही. शोईंग सेरेमनीच्या बाबतीत वेळेवर पोचणं ह्यालाच फार महत्त्व आहे. जायलाच हवं.'

पण मला ती बस मिळायचीच नव्हती. माझ्या पुढच्याला बसमध्ये घेतल्यावर कंडक्टरनं मला हातानं नाही म्हणून सांगितलं. बस निघून गेली.

'तू आता रिक्षानंच जा!'

'तसंच करायला हवं!'

'मग आधी माझ्या घरी चल. रिक्षानं काय तू पाच मिनिटांत पोचशील. एक कप चहा घे वहिनीच्या हातचा आणि मगच जा!'

शरदला नकार देणं अशक्य होतं.

नीट निरखून पाहिलं नव्हतं. तरीही बसच्या रांगेतली शेजारची मुलगी डोळ्यांसमोर येत होती. ती आमचा शब्द न् शब्द ऐकत होती. कारण, आमचा

आवाज आमच्या नकळत वाढला होता. माझ्या ह्या अंदाजाला शरदनं जोरदार पाठिंबा दिला.

पुरंदरे कॉलनीच्या नाक्यावरच मी रिक्षा सोडून दिली. समोरून चाललेल्या एका प्रौढ बाईला मी मला हवा असलेला पत्ता विचारला. माझ्याकडे पुन:पुन: पाहात तिनं विचारलं,
'पटवर्धनांचा बंगला ना? चला, मी तिकडेच निघाले आहे!'
एका आलीशान बंगल्याचं फाटक उघडून ती बाई आत गेली. मीही बंगल्याचं, बागेचं निरीक्षण करीत पाठोपाठ गेलो. त्या बाईनंच बेल वाजवली. दरवाजा उघडला गेला. मी जरा मागे उभा असल्यानं दरवाजा उघडणाऱ्या व्यक्तीला मी दिसलो नाही. कारण ती बाई आत जाताच तिनं दरवाजा बंद केला. माझ्या कानांवर संवाद आला,
'दार लावू नकोस. बाहेर एक गृहस्थ उभे आहेत. बहुतेक तुला बघायलाच आले असतील.'
'अय्या. मी इन्–टाईम आले म्हणायची.'
दरवाजा उघडला गेला माझी नजर शरमिंधी झाली. बंगला दाखवायला आलेल्या बाईंना मी म्हणालो,
'मला हे पटवर्धन नकोत. ह्या आडनावाचे आणखी कुणी ह्या कॉलनीत आहेत काय?'
मुलगी नाकारण्याचं कारण काय? ह्याबद्दल आईवडिलांनी मला विचारून विचारून हैराण केलं. मी त्यांना कोणतं कारण सांगणार होतो? तऱ्हेवाईक आहे, काय ह्याच्या आवडीनिवडी आहेत नकळतच नाहीत. आणखी कोणती अप्सरा दाखवायची ह्याला? सोन्यासारखी मुलगी नाकारली. एक ना दोन. रजेचा सबंध महिना मी असलीच बोलणी खाण्यात घालवला. आमचे प्रताप आमच्याच तोंडून ऐकल्यावर कोणती मुलगी आम्हाला पसंत करणार होती? घरच्या मंडळींच्या हरतऱ्हेच्या प्रश्नांवर माझ्याकडे मौन हे एकच उत्तर होतं.
मुंबईला निघालो तेव्हा वडील स्टेशनवर पोहोचवायला आले. गाडी सुटता सुटता ते म्हणालेच, 'मुलगी नाकारलीस ह्याबद्दल काही म्हणत नाही मी. फक्त समाधानकारक कारण सांगायला हवं होतंस.'
गाडी शिवाजीनगरला आली. सेकण्डला गर्दी नव्हती. माझ्या शेजारी दोन्ही राखीव जागा रिकाम्या होत्या. मनाशी म्हणत होतो, पाहू कोण शेजारी येतो ते! आणि मग धक्का बसला. समोरून वंदना येत होती. कोरं पातळ, तंग असा ब्लाऊज, लक्षात येतील असे ठसठशीत दागिने, हातात हिरवा चुडा—

मूळपेक्षा तिचं सौंदर्य दसपट वाढलं होतं. गाडी पकडायची म्हणून ती लगबगीनं चालत होती आणि हातात सूटकेस घेऊन चालणारा तिचा नवरा तिच्या लक्षात येणार नाही अशा तऱ्हेनं स्टेशनवरच्या आणि गाडीतल्या इतर मुली पाहात चालत होता. त्याला पाहून मी जागेवरून उडालोच आणि नकळत ओरडलो, 'तंट्या!'

✧

एक सिंगल चहा

प्रश्नच नव्हता! तो रंगाच होता. पाहताक्षणीच मी त्याला ओळखले. लहानपणच्या रंगात आणि आत्ताच्या रंगात काहीच फरक नव्हता म्हणूनच जवळजवळ दहापंधरा वर्षांनी त्याला पाठमोरा पाहूनसुद्धा मी त्याला ओळखले! ध्यान एखाद्या सर्कस–मॅनेजरच्या हातावर तुरी देऊन पळून आल्यासारखे वाटत होते. नाईटसूटचा लांडा लेंगा, वर नुसताच फाटका गंजिफ्रॉक आणि दोन्ही कपड्यांवर उडालेले रंगाचे असंख्य डाग! पाठीमागून जाऊन त्याच्या पाठीवर थाप मारीत मी पोरकटासारखा ओरडलो,

'काय रंगोबा, सर्कसमधून पळून आलात की काय?'

'अरे, तू का? मला तर वाटलं होतं की, तू वारलास!' रंगा शांतपणे बोलला. रंग्याने पण मला ओळखले त्यावरून माझ्यातही काही फरक पडलेला नसावा. रंग्याचा भयंकर विनोद त्याच्यावरच उलटवायच्या दृष्टीने मी म्हणालो,

'तुझ्या अगोदरच!'

— हास्याचे मजले पाळीपाळीने चढले.

'साहेब, बील घ्या' आम्ही पृथ्वीवर आलो.

'खोली रंगवायला काढली आहेस वाटतं?'

'होय, थोडा रंग कमी पडला म्हणून स्वत:च उतरलो खाली!' माझ्या भारी सुटबुटाकडे व नेकटायकडे टक लावीत रंगा म्हणाला,

'कुठे, राहातोस तरी कुठे?'

काही काळ घुटमळत रंगा म्हणाला,

'तो काय समोरचा ब्लॉक, तिसरा मजला, गाद्या वाळत टाकल्या आहेत तोच! ते जाऊ दे. तुझी अगोदर हकीकत सांग.'

‘कारखान्याचा मॅनेजर आहे. चारपाच लाखांचं कॉन्ट्रॅक्ट करायचे आहे; म्हणून इकडे आलो आहे. उद्या रात्री परत कलकत्ता, ‘Back to Pavilion!’ मी खूप विचार करून बोललो.

‘मग काय रुबाबच आहे म्हणायचा!’

‘आणि महाशय आपण?’

‘राहतो कुठे हे लक्षात आलंच आहे. करतो काय हे इतकं झटपट सांगता यायचं नाही. आता तुला ‘वर चल’ म्हणालो असतो, पण ब्लॉक रंगवायला काढला आहे, तेव्हा खोलीत पाय ठेवायलासुद्धा जागा नाही. तुझा भारी सूट खराब होईल!’ ‘भारी सूट’ ह्या शब्दावर जोर देत रंगा म्हणाला.

‘चल चहा घेऊ या!’

‘कबूल, पण पैसे मी देणार. तू माझा पाहुणा आहेस. रंगाचे सामान घेऊन एकच आणा उरला आहे. एक सिंगल चहा दोघात घ्यायचा!’

संध्याकाळी चार वाजता पुन्हा भेटण्याचे ठरवून आम्ही निरोप घेतला.

माझा अगदी जवळफळाट झाला होता. लहानपणी ज्याच्या घरी खाण्यापिण्याची भ्रांत तो रंगा शिवाजी पार्कला ब्लॉक घेऊन राहू शकतो, ही कल्पनासुद्धा मला सहन झाली नसती आणि आता तर ती गोष्ट प्रत्यक्षात घडत होती, रंगा एकसारखा माझ्या कपड्यांकडे पाहात होता. ह्यात मला काहीच आश्चर्य वाटण्यासारखे नव्हते. कारण माझ्या घरीही लहानपणी तशीच परिस्थिती होती. उरलेली सर्व कामे बाजूला सारून मी रंगाला भेटणार होतो आणि कोणती यक्षिणीची कांडी प्राप्त करून घेतली होती हे त्याला विचारणार होतो!

दहा पंधरा मिनिटे अगोदरच मी रंगाच्या ब्लॉकवर हजर झालो. ब्लॉक प्रशस्त व ऐसपैस होता. सर्व वस्तू नवीन रंगवलेल्या भिंतीच्या पार्श्वभूमीवर उठून दिसत होत्या. प्रत्येक वस्तूची खरेदी कलापूर्ण व तिची मांडणीही आकर्षक होती. प्रत्येक गोष्टीकडे मी आसुसलेल्या नजरेने पाहात होतो. कैक दिवसांच्या उपाशी माणसाने पंचपक्वान्नाच्या ताटाकडे पाहावे तसे! रंगा अभिमानाने माझ्याकडे व ब्लॉककडे पाहात होता.

‘काय रे लेका, कोणते दैवत पावले ते तरी सांग, म्हणजे मी पण त्याचा पुजारी होईन.’ कोचावर अंग टाकीत मी म्हणालो.

‘का, तुला काय कमी आहे?’

‘होय, तेही खरंच म्हणा! आता सांग, तू काय करतोस? कशाच्या पुण्याईवर हे सगळे जमवलेस तू?’

‘ऐक, फारशी काही मोठी कहाणी नाही ती! तुला माहीतच आहे, घरच्या

परिस्थितीमुळे मी शिक्षणसुद्धा पुरे करू शकलो नाही. तुझ्या घरीसुद्धा तशीच परिस्थिती होती. तू मामाकडे गेलास व त्यानंतर दोनतीनच महिन्यांनी मी वैतागून घर सोडलं व तडक मुंबई गाठली. चित्रकलेची आवड होती व थोडीफार चित्रकला येत पण होती. त्याच्या जोरावर काही दिवस साईनबोर्डस् रंगवायला लागलो. घर रंगवून देण्याच्या कामाची पण लाज धरली नाही. हळूहळू जम बसत गेला व थोड्याच दिवसांत सिनेमाची पोस्टर्स पण रंगवायला मिळू लागली. अशाच एका गृहस्थाच्या ओळखीनं सिनेमासृष्टीत प्रवेश मिळाला. मयासुराच्या त्या राज्यात माझी बैठक आणखीनच रुंदावली. सातआठ वर्षे बारीकसारीक कामे केल्यावर अचानक आर्ट डायरेक्टरची जागा मिळाली. गेल्या दोनतीन वर्षांतलाच हा सारा पसारा आहे. सध्या मी 'माणिक' मधे कलादिग्दर्शक आहे. सहाशे रुपये पगार आहे. लवकरच आता गाडी पण घेणार आहे.'

मला रंगाचे हे ऐश्वर्याबद्दलचे बोलणे ऐकवेना. मी तेथून उठून गॅलरीत गेलो. वाऱ्याच्या गार झुळकांनी माझं मस्तक शांत व्हायच्या ऐवजी रंगाला वाऱ्याचेसुद्धा सौख्य मिळते आहे याने माझे डोके आणखीनच भडकले.

'चल रे आत!' मागून रंगाचे शब्द आले. मी आत गेलो. हॉटेलातल्या पोऱ्याने खाण्याचे पदार्थ आणून टेबलावर ठेवले. आमचा फलाहार गप्पा चालू झाल्या न झाल्या तोच दारावर कुणीतरी टकटक केले. रंगाचा चेहरा कावराबावरा झाला. दबकत दबकत त्याने दार उघडले आणि दारात उभे असलेल्या माणसाला पाहून रंगाने एकदम त्याचे पाय धरले.

'साहेब चूक झाली. दरवाज्यावर आणि फर्निचरवर उडालेला रंग पुसण्यासाठी आलो होतो. जातो मी!' एवढे बोलून माझ्याकडे न बघता रंगा खाली पळाला. पाठोपाठ मी पण उठलो. त्या गृहस्थांनी मला बसण्याचा आग्रह केला; पण मी तसाच खाली गेलो. मी खाली पोचताच माझ्या पाया पडण्यासाठी रंगा पुन: खाली वाकला. त्याला वरच्यावर उचलत मी त्याला कालच्याच हॉटेलात घेऊन गेलो.

'हं, सांग पाहू काय प्रकार आहे तो!'

जवळजवळ रडक्या आवाजात रंगा सांगू लागला,

'तुला मी फसवले त्याबद्दल मला माफ कर. पण मी असं का केलं ते ऐक व मग माझा तिरस्कार करायचा का नाही ते ठरव.

'मी तुला सगळ्या, थापा मारल्या. तो ब्लॉक माझा नाही, मी आर्ट डायरेक्टर नाही, मला सहाशे रुपये पगारसुद्धा नाही. मी पूर्वीइतकाच गरीब आहे. एकवेळच्या जेवणाची भ्रांत अजून मला आहे! काल तू

अचानक भेटलास. ऊच्च दर्जाला पोचलेला दिसलास. लहानपणी तुझ्या घरी पण तशीच अवस्था होती. तुला पाहून डोक्यात विचार आला की, ह्याने मात्र परिस्थितीवर ताण केली व मी तसाच राहिलो. मला त्याची शरम वाटली. मी गरीब आहे हे जर तुला समजले तर तू माझ्याशी बोलणार नाहीस अस मला आजवरच्या अनुभवावरून वाटले म्हणून मी तुला थापा मारल्या.'

'मला गरिबीचे वाईट वाटत नाही, पण दारिद्र्यामुळे होणारी अवहेलना मला आता सहन होत नाही. लहानपणी निष्पापपणे गरीब-श्रीमंत एकत्र खेळत होतो. पण आता मोठेपणी शिंगं फुटली आहेत सगळ्यांना! एकही जण माझ्या वाऱ्याला उभा राहात नाही, मी त्यांच्याजवळ मदत मागेन ह्या भीतीने! सगळी मला दुरावलीत. ह्याचेच मला दु:ख आहे.'

'तू खूप वर्षांनी भेटलास आणि पुन: खूप वर्षे भेटणार नाहीस हे लक्षात येऊन मनात आले की, ह्याला थोड्या थापा मारून हा एकतरी बालपणीचा मित्र काही काळ टिकवून धरून बालपणच्या पवित्र, निष्पाप, निर्हेतुक गोष्टी आठवाव्यात! बस्स ह्याखेरीज दुसरा कोणताच हेतू नव्हता.

'मी त्याच इमारतीच्या जिन्याखाली राहतो, त्या मगाच्याच गृहस्थांनी मला मदत म्हणून ब्लॉक रंगवायला सांगितला. अचानक ते लवकर आले नसते तर माझे नाटक यशस्वी झाले असते! जाऊ दे. तेवढेही नाही माझ्या नशिबात. मला माफ कर!'

रंगा पुन्हा पाया पडण्यासाठी खाली वाकू लागला. त्याला थांबवून मी म्हणालो,

'अरे, माझ्या कसला पाया पडतोस? मी पण तुझ्याचसारखा गरीब व बेकार आहे अजून? तू माझ्या सुटाबुटावर फसत होतास आणि मी म्हणत होतो, 'फसू दे ह्याला असाच!' कारण, गरिबीत तुला आलेले अनुभव व मला आलेले अनुभव ह्यात काहीच तफावत नाही. माझेही शिक्षण पुरे झाले नाही. मी पण भुकेकंगालच आहे अजून! ओळखीच्या गृहस्थांनी मुंबईला बोलावले. त्यांच्या ओळखीनेच काल एका कारखान्यात गेलो होतो. 'इंटरव्ह्यू' साठी त्यांनीच मला हे त्यांचे कपडे दिले. ह्या कपड्यांवर तू फसलास व तुझ्या थाटामाटावर मी फसलो. तुझा ब्लॉक पाहून मला तुझा हेवा वाटू लागला, मी पण तुझा गैरसमज दूर केला नाही. खोट्या प्रतिष्ठेला आपण दोघं बळी पडलो आहोत. मी पण गरीब व तूही गरीबच. माझ्या खिशात एकच आणा आहे. आता तू माझा पाहुणा आहेस, पैसे मी देणार! सांग एक सिंगल चहा दोघांत!'

— काल एक सिंगल चहा दोघांत पिताना एकमेकांकडे 'काय बडा माणूस झाला आहे' अशा भावनेने आम्ही पाहात होतो व आज पण 'एक सिंगल चहा' दोघांत पिताना आम्ही पूर्वीचे जिवाभावाचे मित्र म्हणून एकमेकांकडे पाहात होतो.

✧

प्रपोजल

रात्री गादीवर पडल्या पडल्या मी अगदी सहज सौ.ला म्हणालो, 'आज ऑफिसात एक नवीन मुलगी आली.'
'कशी आहे?'
'छान आहे.'
'आपल्या दिनूभाऊंच्या दृष्टीनं कशी आहे?' सौ.ने परत विचारलं.
— हा विचार माझ्या डोक्यातच आला नव्हता. एखाद्या सुंदर वस्तूचा आपल्याला काही उपयोग होऊ शकेल का असले विचार कधी मनातच येत नाहीत. सौंदर्यशोधन ते केवळ सौंदर्यशोधनासाठीच, मग ते कापड असो, एखादी कलाकृती असो किंवा माणिकसारखी एखादी नवागता– हो, त्या मुलीचं नाव माणिक होतं. तेही योगायोगाने समजलं.
'सांगा ना, दिनूभाऊंना शोभेल का?'
— मला पुन: गंमत वाटली. स्त्रीकडे शोभिवंत वस्तू म्हणून पुरुषांनी पाहिलं तर बायका कोण चिडतात. पण लग्नाच्या वेळी स्त्री पुरुषाला किंवा पुरुष स्त्रीला शोभतो का ही चिकित्सा बायकांनीच करावी.
'बोला की!' सौ.नं. चिवटपणानं डिवचलं.
'मी तसा विचार केलाच नाही.'
'उंची किती आहे?'
'मी पाहिली नाही.'
'छान.'
'खुर्चीत बसलेल्या मुलीची उंची कशी सांगता येईल पण!'
'अंदाजे तरी?' दिनूभाऊ पाच फूट व आठ इंच आहेत. त्यांना बायको शोभायची म्हणजे ती किमान पाच फूट तरी हवी. एखादा इंच जास्तच पण कमी नको.'

‘उद्या आता टेपच घेऊन जातो.’ मी मुद्दाम म्हणालो.

‘इश्श, काहीतरीच तुमचं. टेप कशाला हवी? उभी राहिली की पाहा तुमच्या खांद्यापर्यंत आली तरी खूप झाली.’

‘बरं, उद्या तिला शेजारीच उभं राहायला सांगतो.’

‘तुमचं की नाही, सगळं जास्तीच असतं.’

‘तूही पण कमाल करतेस की. नुसती एक बातमी दिली सहज तर लागलीस तपशील विचारायला. मी म्हणजे काय इन्फर्मेशन ब्यूरो आहे?’

सौ. गप्प बसली. तर काय? आता तिनं विचारलेली माहिती मी धडाधडा सांगितली असती तर ह्याच बयेनं मला विचारलं असतं की मी हेच काम करतो का ऑफिसात म्हणून! आता बोला. अशी गुगली बॉलिंग साधते तुम्हाला?

आता मी खरोखरच तिच्याकडे जास्त निरखून पाहिलं नव्हतं ही गोष्ट निराळी! आणि पाहिलं नव्हतं म्हणजे तरी काय? अहो पाहायला मिळालंच नव्हतं. तिच्यासमोरच बसणारा जोश्या, मागे बसणारा कर्णिक, बाजूला बसणारा कारखानीस ह्या तीन कावळ्यांना चुकवून तिचं निरीक्षण करायला मिळेल म्हणता? नावच काढू नका. अजून ती निमगोरी की सावळी, हे पाहायला मिळालं नव्हतं आणि सौ. म्हणते, ‘चांगली उंच आहे का?’ एरव्ही सौ.बरोबर फिरायला जाताना देखील अश्शीच पंचाईत होते, ‘कलेसाठी कला’ ह्याप्रमाणे ‘सौंदर्यपानासाठी सौंदर्यपान’ ह्या तत्त्वानुसार माझं सगळीकडे लक्ष असतं. मध्येच सौ. एकदम विचारते,

‘आहा, काय ब्युटी होती आता गेली ती बाजूनं. पाहिलीत?’ बायकोच्या ह्या प्रश्नाला कोणत्या उत्तराची अपेक्षा असते हे मला अजून समजलेले नाही. अगदी शप्पत! मी मग टाईम पास करावयाचा म्हणून विचारतो,

‘कोणती म्हणतेस?’

‘ती हो?’

मग मुद्दाम चुकीचा रंग सांगत म्हणायचं, ‘निळ्या साडीतली ना?’

‘छे हो, गुलाबी साडीतली. तुमचं लक्षच नसतं.’

हा मोरूपणाचा शिक्का परवडतो.

पण आता नाही गप्प बसायचं. आता सौ.चं काम म्हणून माणिकला नीट पाहिलं पाहिजे. आता अगदी उंची वगैरे नाही बघता आली तरी दिनुभाऊला शोभते की नाही एवढं नक्की पाहता येईल.

ऑफिसात गेल्यावर मी टेहळणीचे पवित्रे घेण्यास सुरुवात केली. प्रथम गेलो तो जोश्याकडेच. गेल्या गेल्या ‘चहा’ मागवला. जोशीला ‘ऑफर’ केला आणि लगेच जोश्यानं त्या चांडाळाने माझी विकेट की हो घेतली.

'एका चहाच्या कपावर निरीक्षण करू देणार नाही.' इथं पड खाण्यात अर्थ नव्हता. थोडा ताठपणा दाखवणं अवश्य होतं.
'जोश्या, या बाबतीत मी तुझ्यावर अवलंबून नाही. लता माझ्या ओळखीची आहे?'
'कोण लता?' — त्यानं चमकून विचारलं.
'आय ॲम सॉरी! चुकून मी तिचं घरचं नाव सांगितलं. तिचे बापू तिला लतू म्हणतात. माझ्याही तोंडात चुकून ते नाव आलं.'
'म्हणजे?' जोशीला ऊर्ध्व लागला माझं बोलणं ऐकून. 'तिची माझी ओळख आहे.' — मी चहा संपवीत म्हणालो आणि लगेच उठलो. माझं काम झालं होतं. जोशा एवढा गंडेल ह्याची कल्पना नव्हती.
माणिक निमगोरी नव्हती तर चांगली गोरी होती. तिचे डोळे टपोरे होते. दात स्वच्छ होते, स्फटिकासारखे. दिनुभाऊ वुईल बी क्वाइट हॅपी!–
मी जाग्यावर येऊन बसलो. पण नजरेसमोर सारखा दिनुभाऊ व माणिक येऊ लागली. आणि जरा वेळानं माणिकसमोर आमचा दिन्या– कम्पॅरेटिव्हली– एकदम फिका वाटू लागला. सामान्यात गणना व्हावी असाच होता दिन्या. फक्त शिक्षण चिकार. चांगला एम्.कॉम्. एल्.एल्.बी.! पण अगदी रफ्, दांडगट! त्यानं मला एकदाच करकचून शेकहॅण्ड केला होता. त्याच्या हाताला पडलेले घट्टे अजून आठवताहेत. भलताच खरखरीत हात. माझा हात अद्यापि मऊ आहे त्या मानानं. माणिकचा हात कसा 'अमूल बटर' सारखा वाटतो. लुसलुशीत निमुळती गुलाबी बोटे, पारिजातकाचे देठ!
ॲज अगेन्स्ट दिन्याचा हात!
— छे, छे, माणिक जरी पाच फूट एक इंच उंच असली तरी, नो नो, नॉट ॲट ऑल्. शी इज नॉट फॉर दिन्या!
अरे शिक्षण चिकार असलं म्हणून काय झालं? नवऱ्यानं हातात हात घेतला तर बायकोला काही 'चार्म' वाटायला हवा की नको.
कल्पनेनंच मी दिनूभाऊच्या चेहऱ्यावर काट मारली. आणि बास्केटमध्ये टाकून दिला.
दिनूभाऊंचे प्रपोजल बास्केटमध्ये टाकून मी जणू माणिकला वाचवलं आहे अशा रुबाबानं तिच्याकडे पाहात उठलो. कर्णिकजवळ गेलो. तिथं पोहोचल्यावर मला पाठीमागून तिचा बांधा, केसांचे वळण, मानेचा बाकदारपणा इ. गोष्टी पाहता येणार होत्या. पण मी कर्णिककडे पोहोचेपर्यंत फोन खणाणला. पाठोपाठ शिपाई 'माझा फोन' सांगतच आला.
'हॅलो' मी फोन घेतला.

'मी प्रधान बोलतोय.'
'बोला, राजेमहाराज!'
– प्रधानला राजेमहाराज म्हणायचं हा आपला उगीचंच चावटपणा.
'काय हाल हवाल?'
'काही नाही. दुपारी तुझ्या ऑफिसमध्ये येणार आहे. आहेस ना?'
'आहे. काही खास?' मी विचारलं.
'नो नो. तूच सांग काही खास असेल तर.'
माणिककडे बघता बघता म्हणालो,
'खास आहे.'
'काय?'
'ऑफिसला येणार आहेस ना? दाखवतो तेव्हा.'
'एनी न्यू रिक्रूट?' प्रधाननं विचारलं.
'येस्. येच लवकर.'
'येतोच. अच्छा.'
'अच्छा.' – मी फोन खाली ठेवला.
कर्णिकच्या जागेवर जाताच कर्णिक म्हणाला,
फॉरिनमध्ये फोन करणाऱ्या माणसाचा चेहराही दिसतो म्हणतात म्हणे, अशी सोय हिंदुस्थानात नाही हे ठीक.'
'का?' – संदर्भ न कळून मी विचारलं.
'तसं असतं तर तुझं लक्ष फोनकडे नाही हे तुझ्या मित्राला समजलं असतं.'
कर्णिकचा टोला समजला. मी म्हणालो,
'तू इथं बसून कार्तिकस्वामींचा धावा करतोस ना अगदी?'
'छे, छे, मला धावा करायची काय गरज? मला सतत वाट पाहावी लागते. मी आपली मनमोहनची कविता आठवत बसतो. तुला माहीत आहे?'
'नाही.'
कर्णिकला हुरूप येतो. 'ऐक साधीच आहे. आणि मला अर्धीच आठवते आहे.'
'सांगा–सांग. प्रस्ताव नको.'
'तसे तुझे सौंदर्य बेताचेच आहे.
परंतु तुला मला,
पाठ दाखवूनच घायाळ करता येतं.
हा पाठीवरला
लांबसडक काळा कुरळा कचकलाप
शिकेकाई त्यातून मंद सप्तकात गात बसते.'

कर्णिकच्या पाठीत बुक्की लगावून मी जाग्यावर येऊन बसलो. आता दोन तासानं प्रधान येईल. कदाचित लवकरच! त्याला आता बातमी दिली आहे ना! धावत येईल. खरंच की! तोही लग्नाचा आहे त्याला 'माणिक' कशी काय दिसेल?– प्रधान नुसताच एम. ए. आहे, पण गडी रुबाबदार आहे. खाऊनपिऊन सुखी आहे. घरात लाडका आहे सगळ्यांचा. माणिकला तळहातावरल्या फोडासारखा जपेल. येस्. ही इज् ए प्रॉपर मॅच!

प्रधान वेळेवर आला. माझ्याशी इकडच्या तिकडच्या गप्पा मारू लागला. पण बेटा नजर सर्वत्र फिरवीत होता. अधीरपणे, अस्वस्थपणे!!

'काय मित्रा, किती वेळ टांगून ठेवणार?'

'दाखवतो, दाखवतो, चहा तर देशील आधी?' – मी कावेबाज होऊ लागलो.

प्रधाननं मग चहा मागवला. म्हणजे मागवला मीच पण अॅट हिज कॉस्ट!

चहा झाल्यावर प्रधाननं माझ्यासमोर सिगारेट केस धरली आणि म्हणाला, 'हॅव इट.'

मी सिगारेट ओढीत नसताना तो मला नेहमी ऑफर करतो. आजही मी नको म्हणालो. स्वत:ची सिगारेट शिलगावीत तो म्हणाला,

'बरंय बुवा तुमचं. तुम्हाला कसलंही व्यसन नाही. हॅपी गाय्!'

'हॅपी गाऽऽय्' असं म्हणताना प्रधाननं सिगारेटचा धूर माझ्यावर सोडला. मला ते आवडलं नाही. सारखं प्रधानचं होमकुंड चालू असतं. चेन स्मोकर! त्याच्या अंगालाही सिगारेटचा वास मारतो. आणि मग मात्र एकदम 'नॉश्या' आला प्रधानचा.

माणिकला–हा सिगारेटचा वास कायमचा सहन करावा लागणार. डेफिनेट्ली नॉट! शी इज नॉट बॉर्न फॉर दॅट! – प्रधान तिला तळहातावर वाढवेलसुद्धा पण सिगारेटच्या वासाचं काय? मी सिगारेट ओढत नाही. प्रधान नाही म्हणाला मघाशी 'लकी गाऽऽय!'

'प्रधान तू लेका अनलकीचं हं. मघाशीच हाफ डे घेऊन ती घरी गेली. मी चक्क थाप ठोकली. प्रधान चेहरा टाकून घरी गेला. माणिकला मी परत वाचविली. माणिकला मी वाचविली यात शंकाच नाही. बिचारी आयुष्यभर सिगारेटच्या वासात बुडाली असती. जिनं केवळ मोगरीच्या वासानं धुंद व्हावं तिथं– छे–छे–

पण मग या मुलीला स्थळ तरी कोणतं द्यायचं? वास्तविक तो माझा प्रांत नव्हताच नव्हता. काळजीनं एरव्ही माणसाचं डोकं भणभणतं. पण या काळजीनं मी सुखावत होतो. काय करावं?

वाईफला विचारावं, तिच्याजवळ खूप स्थळं असतील. आपण गेल्यावर एवढंच सांगायचं– दिनूभाऊला ती योग्य नाही.'

दिनूभाऊला मी कंडम केल्याबद्दल सौ. जरा नाराज झाली. पण काही काळच. तिनं लगेच रत्नाकरचं नाव सुचवलं. मी काही काळ गप्प राहिलो. तशी ती उमेदीनं म्हणाली,
'रत्नाकर चांगलाच आहे. शिक्षण कमी आहे पण दुकान काय जोरात चाललंय. परवाच गाडी घेणार म्हणत होता.'
माणिकचं लग्न ही जणू आमची वैयक्तिक जबाबदारी झाली होती. तीही कुणी न सांगता. मी काहीसा वैतागलो. मग निरिच्छ स्वरात म्हणालो,
'जाऊ दे ना, काय करायचंय आपल्याला.'
'तसं नाही हो, पण मुलगी चांगली असेल तर आपलं वाटत की आपल्या नात्यात नाही तर नाही पण ओळखीच्या घरी तरी यावी. म्हणून म्हटलं, रत्नाकर काय वाईट आही?'
'तसा चांगला आहे. प...ण...'
'पण काय?'
'त्याची ती पहिल्या प्रेमप्रकरणाची गोष्ट?'
'हां, त्यात त्याचा काय दोष? ती मुलगीच तशी निघाली.'
'कसं का होईना! पण तो हिंडला तर आहे तिच्याबरोबर. ह्या मुलाला कसा अगदी 'अन्टच्ड्' कोरा माणूस हवा. रत्नाकर नको.'
कोण्या एके काळी मी कोरा होतो! अन् टच्ड्! मी भराभर एकेकाला नापास ठरवीत होतो आणि त्यात मला एक तऱ्हेचा असुरी आनंद वाटत होता. का कोणास ठाऊक, पण तिची प्राप्ती व्हावी असा एकही लायक मला पाहू जाता दिसत नव्हता. तिला अनुरूप वर न दिसणं ह्यात जरा बरं वाटत होतं.
आणि मग दोन दिवसांनी चमत्कार झाला. माणिकनं स्वहस्तानं गुळगुळीत कागदावर छापलेली स्वतःच्या लग्नाची आमंत्रणपत्रिका सर्वांना वाटली. सर्वांशी अगत्यानं बोलली. मोकळं हसली. मोगऱ्याच्या फुलांचा सडा शिंपून गेली. अस्मादिक भानावर आले. स्वतःच्या मूर्खपणाचं ताजं प्रत्यंतर आलं. पण मी एकटा नव्हतो मूर्ख ठरलो. माझ्याबरोबर माझी सौ. पण ठरली होती. ती आता अर्थातच म्हणणार आहे –, 'तरी मी म्हणणारच होतेच.' पण त्यात अर्थ नाही हे तिलाही माहीत आहे.
नाही तर काय? माणिकसारखं– खरंखुरं माणिक ह्यापूर्वीच कुणाला पसंत पडलं नसेल हे कधी शक्य होतं का? तिचं कुठेतरी जमलं असणारच.
पण नाही. ही सशाच्या डोळ्यांची भाबडी पोर 'जमणारी' दिसत नाही. तिला कुणीतरी रीतसर सांगून सवरून पसंतच केली असणार. मग कदाचित तो– खडबडीत तळव्याचा... किंवा सिगारेटचे भपकारे सोडणारा एखादा असायचा.

कुणीतरी काट मारून बास्केटमध्ये टाकलेला...!!

सगळ्या देखण्या पोरींच केव्हातरी होणारचं असतं. दु:ख कशाचं? तर पुन: दिसणार नाही त्याचं. दिनकर चालला असता. प्रधानही ठीक होता. त्यांच्यापैकी कुणाशी जमतं तर मधूनमधून भेटली असती.

टॅक्सी ड्रायव्हरची बायको

'**ना**ना मला ओळखलंत?'
भर चौकात एका चोवीस–पंचवीस वर्षे वयाच्या सुंदर मुलीने मला आडवून विचारले. ओळख पटेना! मला फार वेळ विचार करायला न लावता ती म्हणाली,
'मी कुसुम! कुसुम पटवर्धन व आताची सौ. कुसुम भावे! लहानपणची तुमची 'नॉटी गर्ल!'
–टाळक्यात लख्ख प्रकाश पडला! अगदी ट्यूब लाइटचा प्रकाश! स्मृतीचा धागा हाती लागताच झरझर भूतकाळात गेलो. बरोबर! हीच कुसुम! रा. ब. पटवर्धनांची मुलगी, – चौथी मुलगी! मोठे प्रस्थ पटवर्धन म्हणजे! चार लाखांचा धनी!–
'आता तुम्हांला जाम सोडणार नाही मी! माझ्या बिऱ्हाडी चला. आत्ताच चला; अगदी आलंच पाहिजे.'
'अग, पण मी कुठे नाही म्हणतो आहे! तू 'नको' म्हणाली असतीस तरी आपण होऊन तुझ्या मागेमागे आलो असतो. हं, चल!'
अस्सं! बाबासाहेबांची चौथी मुलगी तर ही! काय झपाट्याने काळ पळाला अं! छानच दिसत होती पोरगी! बाबासाहेबांना मी नेहमी म्हणायचा,
'बाबासाहेब, तुमच्या चार मुलींत कुसुम जरा निराळीच आहे बरं का!
आकाश गडगडल्याप्रमाणे बाबासाहेब हसायचे. त्याची आज पुन: आठवण होऊन मी म्हणालो,
'काय म्हणताहेत आमचे बाबासाहेब? ठीक आहेत ना?'
'असावेत असा अंदाज आहे!'
'म्हणजे काय ग? उत्तराचा हा कसला नवीन प्रकार?'
'तीच तर मजा आहे!'
'हे बघ, मी आहे म्हातारा. मला फार वेळ अशी पेचात टाकू नकोस.'

'बाबांचे आणि माझे वाकडे आले आहे!'

'सर्वांत लाडक्या लेकीशी बाबासाहेबांचे भांडण? चेष्टेचा नवीन प्रकार दिसतो आहे हा!'

'नाही, नाना; चेष्टा नाही करत मी. खरंच, त्यांचे आणि माझे वाकडे आले आहे. त्यांनी आणलेल्या मुलाला मी नकार दिला म्हणून ते माझ्यावर चिडले आहेत.'

'हात्तिच्या, एवढेच ना! मग काही वांधा नाही. तुला पहिले मूल झाले की, झक्कत येतील आपण होऊन! अगदीच काही एखाद्या हातगाडीवाल्याशी लग्न नाही ना केलंस तू?'

'चला नाना, तुमचं आपलं काही तरीच!'

आम्ही तिच्या घरी पोचलो. कुसुमने दार उघडले. मला बाहेर बसायला सांगून ती आत गेली. मी बाहेरची खोली नीट न्याहाळू लागलो. खोलीतल्या वस्तूंवरून कुसुमच्या नवऱ्याचा उद्योगधंदा काय असावा ह्याबद्दल अंदाज करता येईना. तिथे लावलेले दोनतीन फोटो पाहून मात्र मी चाट पडलो. पहिले दोन फोटो नुसतेच एका टॅक्सीचे होते. तिसऱ्या फोटोत, पहिल्याच फोटोतल्या टॅक्सीवर एक इसम बसला होता. डोळ्याला गॉगल, दाढीचे खुंट वाढलेले, गळ्यात मफलर... एवंच, घरात लावण्यासारखा फोटो खचितं नव्हता. थोडीशी नाखुषी व्यक्त करीत बाहेर आलेल्या कुसुमला मी विचारले,

'कुणाच ग हा फोटो? तुझ्या मिस्टरांचा नक्कीच वाटत नाही!'

'त्यांचाच आहे तो!' तिने अभिमानाने उत्तर दिले.

माझा तोलच गेला. पाठीमागे खुर्ची होती म्हणून बरं झालं!

जोराजोरात हसत कुसुम म्हणाली,

'आमच्या बाबांना पण असाच धक्का बसला होता तेव्हा!'

–मला माझेच शब्द पुन: आठवले, 'बाबासाहेब, चार मुलींत कुसुम जरा निराळीच मुलगी आहे बरं का!'

– चांगलीच निराळी मुलगी निघाली होती की!

'हे पाहा, मला धक्का वगैरे काही बसला नाही. त्याच्यामागे सुद्धा तुझं काहीतरी तत्त्वज्ञान असेल ह्याची मला खात्री आहे. तू मला सगळी हकीकत सांग. मी ऐकतो. पण जर मला निव्वळ उल्लूपणा वाटला तर मात्र चहासुद्धा न घेता निघून जाईन!'

कुसुम सांगू लागली,

'खूप पैसेवाला नवरा प्रत्येक मुलीला मिळावा, अशी बाबासाहेबांची महत्त्वाकांक्षा! आपल्याला आपल्याच 'तोलाचे' व 'मोलाचे' जावई मिळावेत यासाठी त्यांची धडपड! आणि त्याप्रमाणे त्यांना तसे जावई मिळालेसुद्धा! तुम्हांला माहीतच आहे, माझ्या तीन मेव्हण्यांपैकी, एक डॉक्टर आहेत, एक प्रसिद्ध वकील आहेत व एक

इंजिनियर आहेत. बाबांनी माझ्यासाठीसुद्धा एक डॉक्टर मुलगा पाहिला होता. त्याच्या दाराशी दोन मोटारी आहेत, मालकीचा बंगला आहे, इत्यादी गोष्टींची खात्री करून घेतल्यावरच त्याला माझा फोटो पाठवण्यात आला; त्याचप्रमाणे मलाही त्याचा फोटो दाखवण्यात आला! आणि नाना, फोटो पाहताच, प्रथमदर्शनी माझ्या मनाला पहिली गोष्ट जर कोणती चाटून गेली असेल तर ती हीच की, फोटोवरून तरी हा म्‍ाणूस लाघवी किंवा प्रेमळ असेल असं दिसलं नाही! माझ्या या कल्पनेला माझ्या एका मैत्रिणीने पण दुजोरा दिला आणि आम्ही दोघींनी एक डाव रचला.'
–मी खूपच रंगलो होतो. खुर्चीवर अधिक आरामात आसन स्थिर करून मी ऐकू लागलो.
आमच्या त्या योजनेसाठी मी दोन दिवस त्या मैत्रिणीकडेच राहायला गेले आणि दुसरेच दिवशी सकाळी अंगावर अगदी फाटकेतुटके कपडे घालून, केस गरीब बाईसारखे थोडेसे पिंजारून व डोक्यावरून घट्ट पदर घेऊन मी, मला सांगून आलेल्या डॉक्टरच्या दवाखान्यात जाऊन बसले. दवाखान्यात खूपच गर्दी होती. रोख पैसे देऊनच औषध न्यावयाचे अशी पद्धत होती तिथे! मी गरीब दिसल्यामुळे मला कुणीच विचारले नाही. शेवटी माझी मीच उठून कंपाउंडरजवळ गेले.
'डॉक्टरांना भेटायचे आहे.' असे सांगताच त्याने दहा रुपये मागितले, 'पैसे आत्ता आणायला विसरले. मला तपासून घेऊ दे, लगेच पैसे आणून देते. शेजारीच राहते मी!' असे मी सांगितल्यावर कंपाउंडर आत गेला. डॉक्टर त्याच्यावर खेकसलेच. इंग्लिशमध्ये ते म्हणाले, 'असल्या रोग्यांकडे बघायला मला वेळ नाही. त्या बाईला सांग. प्रथम पैसे, औषधे मागून!'
माझा तर्क खरा ठरला होता. आता आत जाण्याची पण आवश्यकता नव्हती. मी दरवाज्यापाशी गेले तोच एका अनोळखी माणसाने मला हाक मारली. त्याच्या कपड्यावरून तो ड्रायव्हर दिसत होता.
'बाई, हे घ्या दहा रुपये! अगोदर आत जा व तपासून घ्या. मला पैसे मग आणून द्या!'
– डॉक्टरबद्दलचा तिरस्कार त्याच्या चेहऱ्यावर स्पष्टपणे दिसत होता.
मला आत जावेच लागले. माझ्याकडे त्या डॉक्टरने इतके तिरस्काराने पाहिले की मला वाटू लागले की, हे सोंग टाकून देऊन फाडफाड त्याची हजेरी घ्यावी. तेवढ्यात कंपाउंडर पुन: आत आला,
'डॉक्टर, तुम्ही सांगितलेले औषध संपलंय!'
माझ्याकडे हळूच पाहात, ह्या बाईला काय समजतय इंग्लिश, अशा खात्रीने ते इंग्लिशमध्ये म्हणाले,
'दे तशीच बाटली काहीतरी भरून! त्यांना काय कळतय त्यात!'

'तुम्हीच जरा इकडे या!'

डॉक्टर नाइलाजाने आत गेले. तीच संधी साधून मी बाहेर आले. मनात म्हटलं, 'कारण नसताना त्याचे हात नकोत लागायला माझ्या अंगाला!' ज्या माणसाला गरीब लोकांना फसवायला कशाचीच दिक्कत वाटत नाही व दाराशी दोन दोन मोटारी असताना पैशाचा मोह सुटत नाही तो माणूस पुढे बायकोला फसवायला देखील कचरणार नाही, हा विचार माझ्या मनात पक्का झाला.

बाहेर येताच ज्यांनी मला दहा रुपये दिले होते त्यांच्यापाशी मी गेले.

'आपण जर माझ्याबरोबर येऊ शकाल तर आपले पैसे मी परत देईन. मी इथून जवळच रहाते.'

आम्ही दवाखान्याच्या बाहेर आलो. 'ह्या बाजूला या. माझी गाडी मी तिकडे उभी केली आहे.' माझा अंदाज चुकला नव्हता तर! पण त्याच्या मोटारपाशी जाताच मला आश्चर्य वाटले. त्याची मोटार म्हणजे भाडोत्री वाहन होते. तो टॅक्सीड्रायव्हर होता. मी मागच्या सीटवर बसले. गाडी चालू करता करता तो म्हणाला,

'काय कुसुमताई, गाडी कोणत्या बाजूला वळवू?'

–मागच्या सीटवर मी टणकन् उडालेच. समोरच्या आरशातून माझ्याकडे पाहात तो म्हणाला,

'तुम्हाला काय वाटले? वेष बदलला की चेहराही बदलता येतो होय? पहिल्या प्रथम मी तुम्हाला नीट ओळखलं नाही हे कबूल करतो मी! तुम्ही कुसुम पटवर्धनच ना?'

त्याच्या आरशातल्या प्रतिमेकडे पाहात मी मान डोलावली.

'मी प्रभाकर भावे! मॅट्रिकला आपण एका वर्गात होतो.'

'तुम्ही ते? आणि टॅक्सीड्रायव्हर?'

–मी ओरडलेच. कारण, शाळेतून होणाऱ्या वक्तृत्व–सभेतून व शालापत्रकातील निबंधांतून प्रकट होणाऱ्या प्रभाकरच्या महत्त्वाकांक्षा मी वाचल्या होत्या.

'होय. मीच तो! टॅक्सीड्रायव्हर! पण काय हो? टॅक्सीड्रायव्हर होणे पाप आहे काय? डॉक्टर होऊन लबाडी करण्यापेक्षा प्रामाणिकपणे टॅक्सीड्रायव्हरचा धंदा करणे वाईट आहे काय? आपल्यासारख्या सुशिक्षितांनी अशा धंद्यात लक्ष घातले तर त्या त्या धंद्यांनाही ऊर्जितावस्था येणार नाही काय?'

'तसं नाही हो! पण, तुमच्या वडिलांना, आईंना हे आवडते का? तुमच्या भावांना, बहिणींना आपला भाऊ टॅक्सीड्रायव्हर आहे याची लाज नाही वाटत?' मी विचारले.

'लाज? अहो त्यांना अभिमान वाटतो, अभिमान! माझा एक भाऊ कॉन्ट्रॅक्टर आहे. एक भाऊ बँकेचा मॅनेजर आहे. पण त्या सगळ्यांना माझा अभिमान वाटतो.

बहिणीचा नवरा तर आय. सी. एस्. आहे. पण आमचे स्नेहसंबंधही चांगले आहेत. आमच्याकडच्या सगळ्या माणसांचे एकच तत्त्व आहे. पोटाला देणारा कोणताही उद्योगधंदा वाईट नसतो; हलका नसतो. मात्र जो धंदा पत्करू त्यात प्रामाणिकपणा व सचोटी हवी. प्रत्येक धंद्याची मूलतत्त्वे, नीतिनियम ठरलेले असतात. त्या त्या मूल्यांना धक्का न लावता व माणुसकी न सोडता काहीही केल्यास त्यातील पवित्रता नष्ट होत नाही. अशा मतांची सर्व माणसे आमच्याकडे असल्यामुळे मला कोणीही हिडिसफिडिस करीत नाही. आय्. सी. एस्. जावई किंवा बँकेचा मॅनेजर असलेला मुलगा ह्यासाठी जितका आब राखला जातो, त्याच प्रमाणात माझाही राखला जातो. आणि माझे काय वाईट चाललेले आहे? मालकीची मोटार आहे. मी कुणाचा गुलाम नाही, बंदा नाही, सेवक नाही. एखादे दिवशी बारा बारा तास गाडी चालवतो नाहीतर दोन तासांत घरी परततो. दिवसाला वीस–पंचवीस रुपये सहज मिळतात! माझी स्वतंत्र वृत्ती पाहून वडिलांनी मला केव्हाच, 'नोकरी करू नको' म्हणून बजावले होते! राजा आहे, मी राज्रा! मुंबईचा सगळ्यांना कंटाळा आला की, आम्ही सगळे महाबळेश्वरला जाऊन येतो. गाडी घरचीच आहे.'

'तुमची बायको पण ह्याच मताची आहे का हो? कारण आम्ही बायका उगीचच खोट्या प्रतिष्ठेच्या कल्पना उराशी बाळगून असतो!'

–ह्यावर प्रभाकर जोरजोरात हसत सुटला.

'माझं लग्नच झालेलं नाही अजून. माझ्या ह्या विचारांना जुळणारी मुलगी मिळेपर्यंत मी लग्नच करणार नाही. डॉक्टर होऊन गरिबांना पिळायचे; वकील होऊन उघड उघड गळे कापायचे; त्यापेक्षा मी टॅक्सीड्रायव्हरच बरा आहे. त्या लोकांपेक्षा माझा दर्जा उच्च आहे. कारण, माझ्या

आयुष्याशी मी प्रामाणिक आहे! मीटर दाखवेल तेवढा आकडा वसूल करायचा!'

मी घरी पोचले ते हे विचार घेऊनच!

बाबांनी आकाश–पाताळ एक केले. पण मी मेरूपर्वतासारखी स्थितप्रज्ञ होते.

शेवटी बाबांनी निर्वाणीचे अस्त्र काढले.

'माझा एक जावई डॉक्टर आहे, एक वकील आहे व एक इंजिनियर आहे. आणि एक जावई काय टॅक्सीड्रायव्हर आहे, म्हणून सांगू? त्या फत्तुरड्या माणसाबरोबर लग्न करायचं असेल तर तुझा माझा संबंध खलास!'

मी बाहेर पडले आणि कुसुम पटवर्धनची सौ. कुसुम भावे झाले.

लग्नापूर्वी सासूबाईंनी 'ह्यांना' विचारले, 'कायरे, तू जिला पसंत केले आहेस, तिला तुझा धंदा माहीत आहे ना?'

हे म्हणतात, 'बिलकूल मान्य. मी ड्रायव्हर आहे तर तिची क्लीनर व्हायची तयारी आहे.'

'मग काय नाना, माझ्याकडे चहा घ्यायला हरकत नाही ना?'
'बिलकूल नाही! जेवायलासुद्धा हरकत नाही. पण तू बोलावते आहेस कुठे?'
'ठीक आहे, आता सोडतच नाही तुम्हांला!'
कुसुम चहा करायला आत गेली, मी फोटो पुन्हा पाहू लागलो. आता माझ्या पाहण्याला निराळाच अर्थ आला होता. तोच कुसुमचे यजमान बाहेरून आले. त्यांनी मला लगेच नमस्कार केला. कुसुम तेवढ्यात बाहेर आली व आमची ओळख करून देऊन पुन्हा आत गेली.
'मला हे माहीत आहेत. आठदहा दिवसांपूर्वीच मी ह्यांना टॅक्सीने गिरगावात सोडले होते!' आम्ही खूपच हसलो.
प्रभाकरपंतांनी मला त्यांच्या धंद्यातील सगळी माहिती व बारीकसारीक खाचाखोचा सांगितल्या. आणि प्राप्ती किती होते, मोटारवर किती खर्च करावा लागतो, कर किती भरावे लागतात वगैरे सविस्तर माहिती पुरवली!
मला कुसुमचा नवरा एकदम आवडला व आजपर्यंत टॅक्सी-ड्रायव्हरबद्दल जो एक प्रकारचा अनादर व अढी मनात होती ती साफ बदलली. टॅक्सी-ड्रायव्हरचे जग काहीसे निराळेच असते व त्या जगात त्यांची स्वत:ची निराळी मूल्ये आहेत; जीवनाचा विशिष्ट दृष्टिकोण आहे याची खात्री पटली.
कुसुम चहा घेऊन बाहेर आली.
'तुझ्या बहिणी तरी तुझ्याकडे येतात की नाही?'
'दोघीजणी येत नाहीत. फक्त मंदा येते. पण ती येते ती फक्त श्रीमंती दाखविण्यासाठीच येते. मला हिणवण्याचा तिचा हेतू अगदी स्पष्टपणे दिसून येतो.'
'पण आता तिला तसे कधीच तुला हिणवता येणार नाही.' प्रभाकर म्हणाले.
'का?' आम्ही दोघांनी एकदमच विचारले.
ती एक गंमतच झाली. परवा मंदेचे यजमान ऊर्फ आमचे साडू इंजिनियरसाहेब, योगायोगाने माझ्याच टॅक्सीत बसले. मी ओळख दाखवली नाही व ते पण काही बोलले नाही. त्यांच्या पाठोपाठ आणखीन एक गृहस्थ टॅक्सीत बसला. मी गाडी चालू केली. त्या दुसऱ्या गृहस्थाने आमच्या साडूच्या हातात शंभराच्या दोन नोटा ठेवल्या. मी आरशातून बघतो आहे ही गोष्ट फक्त पैसे देणाऱ्यानेच पाहिली होती आणि आज माझी कोर्टात साक्ष आहे. ते पैसे त्या गृहस्थांनी आमच्या साडूंना लाच म्हणून दिले होते. व त्या अगोदरच त्याने व्यवस्थित सापळा तयार केला होता. माझा गाडी नंबर पण त्याने मुद्दाम टिपून घेतला होता. आज मी कोर्टात नुसतं 'त्यांनी पैसे घेतले होते,' असे सांगितले की, आमच्या बाबासाहेबांचे जामात पुन्हा चतुर्भुज होतील!'
'हो का, हो का, मग अडकावा चांगले त्यांना, ऐट उतरेल त्या मंदेची कालच मला

नवीन हिऱ्याच्या पाटल्या दाखवायला आली होती.'

'बाईसाहेब, खरी मजा तर यापुढेच आहे. आजच मंदेने मला अचानक आडवलं! त्याच त्या हिऱ्यांच्या पाटल्या माझ्यापुढे करीत ती म्हणाली, 'ह्या बांगड्या कुसुमच्या झाल्या असं समजा. पण आज कोर्टात खरी साक्ष देऊ नका.' बोल, हव्यात त्या तुला पाटल्या?'

इतका वेळ शांत असलेली कुसुम उसळून म्हणाली,

'तिला सांगा, माणुसकी तुम्ही पैशांना विकलीत! त्याचप्रमाणे माणुसकी पैसे देऊन विकत मिळते असे समजू नकोस!'

'अगदी हेच उत्तर दिले मी व गाडी जोरात चालू केली. आज मी आमच्या साडूंना वाचवणार आहे. आपण आपलं सरळ रेषेत चालावं–मोटारच्या बॉनेटप्रमाणे! बराय, आमची कोर्टात जाण्याची वेळ झाली.'

प्रभाकर निघून गेले. कुसुम त्यांच्या पाठमोऱ्या आकृतीकडे अभिमानाने पाहात होती. माझे शब्द मला पुन्हा आठवले.

'बाबासाहेब, चार मुलींत तुमची कुसुम जरा निराळीच; बरं का?'

✧

पण माझ्या हातांनी

रेशमाचा किडा स्वत:भोवती कोश निर्माण करतो आणि आपण स्वत:च त्यात आडकतो!–

–कुठंतरी वाचलेलं हे वाक्य आठवलं. साहेबांनी 'टाईम लिमिट' ची एक रंगीत पट्टी आडकवून एक स्टेटमेंट टाईप करायला दिलं होतं. त्याच्या सहा प्रती काढून मी त्या साहेबांकडे पाठवून दिल्या. 'टाइम लिमिटची' पट्टी माझ्याच हातात राहिली. त्याच पट्टीकडे पाहून मनात विचार आला तो रेशमाच्या किड्याचा! माणसानं अक्कलहुशारीनं एकमेकांच्या सोयीसाठी घड्याळं, ऑफिसअवर्स, सुट्या निर्माण केल्या आणि तोच त्यांचा गुलाम झाला. लवकर इकडून तिकडे जाता येता यावं म्हणून लोकल्स, –फास्ट लोकल्स चालू केल्या आणि मग तोच त्याचा बंदा सेवक झाला!

'ए चंद्या, लेका ऊठ ना! साडेपाच वाजले. 'पाच पस्तीस कर्जत' पकडायची नाही का?' जाता जाता सामंत ओरडला.

–मी भानावर आलो. देहाचं यंत्र उभं राहिलं, पण त्याच वेळेला मन बंड करून उठलं. – क्षणभर मनात विचार आला, गाडीसाठी आपण, की आपल्यासाठी गाडी?

–आपल्यासाठी गाडी!

मग झालंतर! आज धावाधाव नाही करायची... कोश फोडायचा!!

नाही तर काय! रोज धावाधाव करायची म्हणजे काय! सकाळी ऑफिसला यायचं म्हणून एकदा धावायचं. नवरा नक्की ऑफिसला निघाला. दांडी मारीत नाही ह्याची खात्री झाली म्हणजे बायको नेमकी प्रेमात येते. माझ्या परीटघडीच्या कपड्यांची पर्वा न करता तिच्या मनातून मला मिठी मारायची असते. ती दोन पावलं पुढे येते, तोच नऊ–बावन्नच्या फास्ट लोकलची आठवण होते, पळत

पळत स्टेशनवर यावं लागतं...
समोरून गाडी स्टेशनात येताना दिसली का, 'सगळं जग मिथ्या आहे, फास्ट लोकल सत्य आहे' असं म्हणावसं वाटतं आणि 'फूटबोर्डवर सवार होना खतरनाक है' ह्या रेल्वे अधिकाऱ्याच्या कळकळीच्या सल्ल्याकडे दुर्लक्ष करून पकडावा लागतो तो फूटबोर्डच!...
–ह्याच गोष्टी संध्याकाळी!... छे कुठं तरी हे थांबलं पाहिजे. कुणीतरी थांबवंल पाहिजे...
भिंतीवरच्या घड्याळानं साडेपाचाचा टोला दिला. सकाळी पुढं जाणारं घड्याळ संध्याकाळी हमखास मागं कसं राहतं ह्याचा विचार करीत मी हातावरचं घड्याळ पाहिलं आणि एकदम त्याच वेळी मोठ्यांदा हसलो!...
... आदतसे मजबूर!
–हे सारं थांबलं पाहिजे म्हणताना मी घड्याळ बरोबर आहे की नाही हे पाहिलं. चालू दे बेट्याला जरा स्वत:च्या तालात! मागं तर मागं, पुढं तर पुढं. आज आपण त्याच्या नादी लागायचं नाही...
हातावरचं घड्याळ काढून मी ते खिशात टाकलं. आज अगदी अनिर्बंध व्हायचं असं मी ठरवलं. हसतमुखाने स्वागत करणाऱ्या बायकोचाही कंटाळा आला होता आज! तिच्या हातचे पोहे अन् गरम चहा घ्यायला आज मन उत्सुक नव्हतं!– काहीतरी निराळं हवं होतं – आजवर न घडलेलं; पुढंही न घडणारं! भूतकाळ पण नको आणि भविष्यकाळही नको; अद्भुत वर्तमानकाळ हवा होता, –अद्भुत!
टेबलावरचा टाईपरायटर मी बाजूला सरकवला. ऑफिसरप्रमाणे दोन्ही पाय लांब करून खुर्चीत हेलकावे देत बसलो. घड्याळाची टिक टिक शांत वातावरणात भयाणता निर्माण करू लागली. ५–३५ झाले. मिनिटकाटा तासकाट्याला म्हणाला,
'एऽ! तो चंद्या बघ. रोज पाच मिनिटं लौकर पळतो. आज बॉससारखा बसलाय. बायको माहेरी गेलेली दिसतेय!'
तासकाटा म्हणाला, 'मी गेली पंधरा–वीस मिनिटं बघतोय त्याच्याकडे. मजामजा करतोय बेटा! आपल्याकडे बघतोय – मोठ्यांदा हसतोय! हातावरचं घड्याळ त्यानं खिशात टाकलं मघाशी. मामला निराळा आहे!'.....
त्या काल्पनिक संवादाचं मला हसू आलं. खरंच, निरनिराळी घड्याळं बोलू लागली, तर काय गंमती होतील! ती आपण होऊन सांगतील,
'तुमचं घड्याळ पाच मिनिट पुढं आहे.'
मी डोळे मिटून घेतले. खुर्चीला हेलकावे देऊ लागलो.
'गोखले, तब्येत बरी नाही का रे?'

–मी डोळे उघडले. पांड्या सहस्त्रबुद्धेला समोर पाहून खरोखरच अद्भुत वर्तमानकाळ सुरू झाल्याचा मला भास झाला.

'मी मस्त आहे रे, पण तू अजून इथं कसा?'

माझ्याशेजारी आसन ठोकीत पांड्या म्हणाला,

'नाही गेलो आज, कंटाळा आलाय सगळ्याचा!'

–पांड्याच्या तोंडून 'कंटाळा' शब्द? –खरंच अद्भुत–

'पांड्या शुद्धीवर आहेस ना?'

'शुद्धीवर आहे म्हणूनच तसं म्हणालो. आज खूप कंटाळलो आहे बघ!'

'कशाला पण?'

'कशाला नाही ते विचार. आज पिशवीसुद्धा घेतली नाही बरोबर!'

–पांड्या उत्तरला.

'खरंच की रे!– वाण्याच्या यादीचं काय?'

'ती पण घेतली नाही.'

मी एकदम खूष झालो. माझ्यासारखा आणखी एक जीव बंड करून उठला होता;

– तोही पांड्यासारखा!

–हा पांड्या पाच–पस्तीसची गाडी धावत पकडायचा.

इंजीनपासून चौथा डबा दादरला पुलाजवळ येतो. गाडीचा वेग मंदावल्यावर पांड्या उडी मारतो. धावत धावत पूल चढतो. पश्चिम दादरला जाऊन वाण्याकडे पिशवी आणि यादी टाकायची, परत स्टेशनवर येऊन पाच अठ्ठावन्नची गाडी पकडायची; माहिमला जायचं; हा त्याचा रोजचा क्रम! माहिमला त्याच्या भावाचा पेपरस्टॉल आहे. त्याच्याशी नेहमीचा हिशेब करायचा आणि दादरची दुकानं बंद व्हायच्या आत परतून वाण्यानं तयार ठेवलेली पिशवी घेऊन घरी जायचं, हा त्याचा नेम. वडाला प्रदक्षिणा घालणाऱ्या म्हातारीचा नेम मोडेल एखादवेळी, पण पांड्याच्या ह्या क्रमात खंड नाही पडायचा! गोखले रोडला पांड्याचा स्वत:चा स्टॉल आहे. तिथं तो पहाटे साडेपाचला सापडणार म्हणजे सापडणार! पेपर किती खपले ह्याचा हिशेब ऑफिसला येताना गाडीत आणि संध्याकाळी परतताना वाण्याच्या यादीचा हिशेब. असा हा 'अर्थमंत्री' पाच–चाळीस झाले तरी खुशाल माझ्या शेजारी बसून म्हणत होता,

'कंटाळा आलाय सगळ्याचा?'

'आज काय वाटतंय सांगू का?' – पांड्या सांगू लागला.

'अगदी काव्यात सांगतो बघ.'

–पांड्या काव्यात बोलणार?' –

–आणखीन अद्भुत!'

'सांग सांग!! – मी म्हटलं.
'कविता कुणाची आहे. माहीत नाही. सगळ्या ओळीही आठवत नाहीत. साहित्य आपला प्रांत नाही, पण ही कविता अर्धीमुर्धी का होईना, आठवतेय – ह्याचं कारण ती वाचतानाच जीवनाला स्पर्श करू गेली बघ!'
'पांड्या, तुला झालंय काय आज? – जीवन – स्पर्श काय म्हणतोस तरी काय?'
'थांब रे, कविता ऐक आधी.'

या माझ्या पंखांनी
उडण्याचे वेड दिले
पण माझ्या हातांनी
घरटे हे निर्मियले.

–मधली कडवी संपूर्ण आठवत नाहीत. पण अर्थ असा की, आकाशातून उडताना घराची ओढ बेचैन करते आणि घरी आलं की परत आकाशाचं वेड लागतं. शेवटचं कडवं बहारदार आहे.–

हे विचित्र दु:ख असे
घेउनि उरी – मी जगतो
घरट्यातुन, गगनातुन
–शापित मी तगमगतो...

...'वा वा, शापित मी तगमगतो!' – मी बेहोषीनं ओरडले,
'पांड्या चल, आपण मनमुराद भटकू या.'
'कुठं पण?' – त्यानंही उत्सुकतेनं विचारलं.
'दिशेचंही बंधन नको.'
–आम्ही उठलो. बाहेर पडलो. नकळत दोघं फ्लोराफाउन्टनकडे जाऊ लागलो. एकाच मन:स्थितीच्या पाशांनी दोघांना जखडलेलं होतं! दोन दमेकऱ्यांना जसा एकमेकांच्याबद्दल निराळ्याच तऱ्हेचा ओलावा वाटतो, त्याप्रमाणं आमची अवस्था झाली होती; किंवा दोन पहिलटकरणींप्रमाणचं–! पण माझ्या मनात माझ्या व्यथेव्यतिरिक्त, पांड्याला माझ्यासारखंच वाटायला काय कारण घडलं असावं ही गोष्टही थैमान घालीत होती. त्याला विचारल्यावाचून मला राहवेना.
'पांड्या, तुला रे का असं एकदम वाटू लागलं? तुला काय कमी आहे?'
'काहीतरी कमी आहे म्हणून अशी अवस्था प्राप्त होते, असं तुला कुणी सांगितलं? मग तसं पाहिलं तर तुला तरी काय कमी आहे?'
मी काही उत्तर देणार, तोच समोरून एक मोटर अगदी आमच्या रोखानं आली. पांड्या पुढं पळाला. मी मागं राहिलो. मोटार दोघांच्या मधून जायला जेमतेम

दीड–दोन सेकंद लागले असतील, पण तेवढा काळही मोठा वाटला.

'हे मुंबईतले मोटारवाले माणसांवर नेम धरून मोटारी चालवतात.'... पांडुरंग हसला. मी पण हसलो. आज पांडुरंगातला 'रंग' साफ बदलल्यासारखा वाटत होता!

'मला आता काय वाटतयं सांगू? लहान मुलं हुक्की आली रे आली की मध्येच रस्त्यावर कशी बसकण मारतात, अगदी तस्सं मला रस्त्याच्या मध्यभागी जाऊन बसावंसं वाटतंय!... खरंच मजा असते लहानपणी. असं एखादं पोरगं हटून बसलं, की आईबाप वैतागतात, पण रस्त्यावरची इतर माणसं कौतुक करतात. तुझा छोकरा असं काही करतो की नाही?' पांड्यानं विचारलं.

मी एकदम काबराबावरा झालो. मला सुहासची आठवण झाली. चेहरा उतरला. पांड्या मला नीट न्याहाळत म्हणाला,

'असंच आहे बघ' पण माझ्या हातांनी घरटे हे निर्मियले.'

स्वत:ला सावरीत मी म्हणालो, 'छे छे, तसं काही नाही.'

आम्ही गप्प झालो. भरकटलेल्या मनाची भटकण्याला अनुपम जोडी मिळाली. मी कुठल्यातरी निराळ्या जगात आलो होतो. पांडुरंग पण निराळ्या विश्वात रममाण झाला होता. दोघांनाही एकमेकांना चाळवायची इच्छा राहिली नव्हती. चालत होतो मात्र बरोबर. रस्ता ओलांडताना एखादा मागं राहिला तर दुसरा थांबत होता. कसलंही बंधन नको म्हणणारे आम्ही दोघे, पण त्याचं बंधन मी पाळत होतो, माझं तो मानीत होता.

आम्ही दोघे 'गेट वे ऑफ इंडिया'पाशी आलो .... दिशेचं बंधन नको म्हणता म्हणता... यंत्रवत तिथल्या कट्ट्यावर बसलो.

समुद्राची अथांगता मला आज नव्याने जाणवत होती. आकाश पण खूप मोठं दिसत होतं. का कुणास ठाऊक, गेट वे ऑफ इंडियाची ती भव्य कमान कालच बांधून पुरी झाल्यासारखी वाटू लागली. घरी गेल्या बरोबर वसुधेला सांगायचं,

'आकाश खूप मोठं आहे... समुद्र तर फारच अथांग आहे...'

भारावलेल्या आवाजात पांडू म्हणाला,

'कसा अवाढव्य पसारा आहे नाही! आपण केवढेसे त्यापुढं! आपली भरारी ती काय, फारफार तर वुईकएण्डला पुणं! तेवढ्याला आपण प्रवास म्हणतो आणि त्याचा आपल्याला शिणवठा येतो! हूं!'

'मलाही असंच काही म्हणावसं वाटत होतं, पण जमत नव्हतं. आणि मग जमावं असंही वाटेना...'

...उन्हामुळं कट्टा तापला होता. पण त्यातही निराळी ऊब वाटत होती. क्वचित् मोठी लाट येत होती. तुषार अंगावर उडत होते. जणू म्हणत होते,

'ये आमच्यात ये, अथांग हो.'
खरंच, मारावी का वरून उडी?...
'पांड्या, इथून उडी मारली तर काय होईल रे?'
माझ्या प्रश्नाला उत्तर न देता पांड्याने विचारलं,
'सिगरेट ओढणार?'
'तू कधी ओढायला लागलास?'
'मी नाही ओढत.' पांड्या झटपट म्हणाला.
'मी पण नाही लागलो ओढायला अजून.' – मी
'म्हणूनच विचारलं. आज काहीतरी निराळं करावंस वाटत आहे ना?' – मी मनापासून हसलो.
'ठीक ठीक, आण एक पाकीट.'
पांड्या सिगरेटची घेऊन आला. आम्ही त्या पेटवल्या. बरोबर झुरके घेतले. दोघांना एकदम ठसका लागला. दोघंही मनमुराद हसलो.
'पांड्या, सिगरेट्स नवीन व्याख्या माहीत आहे का तुला?'
'नाही.'
'ऐक तर– एका टोकाला अग्नी आणि दुसऱ्या टोकाला मूर्ख माणसाचे ओठ असलेली पांढरी कांडी.'
'म्हणजे, आपण आज मूर्ख आहोत तर?'
'येस् ऽ' मी आणखी एक झुरका घेतला.
'आज एकदम वैताग आला बघ! संबंध दिवसात एकाही चहाची पैज मारली नाही. टायपिस्ट मार्थाची चेष्टा केली नाही. – एकदम सगळं बेगडी वाटू लागलं! धावाधाव फुकट वाटू लागली! तोच वाणी... तोच स्टॉल... तेच हिशेब... आणि – आणि – हे बघ, कुठं बोलू नकोस, पण किनई, आज बायकोचाही कंटाळा आलाय बघ!'
पांड्या शेवटचं वाक्य बोलला आणि त्याचा चेहरा हां हां म्हणता बदलला. बायकोचा कंटाळा आला, ह्या वाक्याबद्दल त्याचा चेहरा अपराध्यासारखा दिसू लागला. मला त्याची एकदम कीव आली. एखादेवेळी मनात विलक्षण भावनांचा कल्लोळ झाला तर माणसाला इतकं चाचरावं लागतं? छे... कसलं जीवन माणसाचं? आणि मग मला सगळ्याच माणसांची कीव आली. माझी पण मला दया आली. माझ्या बायकोची आली. बायको... बायको... वसुधा... सुहास...!
मी पांडुरंगाकडे पाहिलं. दोनच झुरके मारून त्यानं सिगारेट फेकून दिली होती. त्याचा चेहरा आणखीनच निराळा दिसत होता.

–गर्दीत चुकलेल्या मुलाचा चेहरा जसा भांबावतो तसा तो भांबावला होता.
–विचारांच्या गर्दीत हरवला होता तो!
'तुला घरी जायला उशीर झाला म्हणजे बायको काय म्हणते रे?' जो प्रश्न मी विचारणार होतो तोच प्रश्न पांड्यानं विचारला होता. घरची आठवण व्हायला लागली तर! साहजिकच आहे! कोशातून बाहेर पडल्यावर किड्यांचं फुलपाखरू होतं आणि ते उडू शकतं. आम्ही जास्तीत जास्त कोश फोडू शकलो तरी उडू शकत नाहीच!
'अर्धाच तास उशीर झाला तर शंभर वर्षांचं आयुष्यदान मिळतं. एक तास उशीर झाला तर गरम चहा आणि गारव्याचं बोलणं – त्याऐवजी गरम बोलणं व गारव्याचा चहा मिळतो. दोन–तीन तास उशीर झाला तर घरात अबोली रंग फुलतो आणि चांगली रात्र झाली तर मात्र गॅलरीत उभं राहिलं जातं. प्रत्येक लोकलची माणसं बारकाईनं पाहून त्यात मला शोधलं जातं मग मात्र एकदम काळजीयुक्त प्रेमाचं बोलणं ऐकायला मिळतं.'
मी लांबलचक वर्गवारी सांगितली.
'म्हणजे आज शेवटचा प्रयोग तर?'
नकळत मी ओरडलो, 'म्हणजे इतका वेळ इथं बसायचं की काय?'
'घरचा विचार आला ना डोक्यात?'
पांड्यानं मला शब्दात पकडलं. वास्तविक तोच आता अधीर झाला होता. पण त्याला 'चला, उठू या' या शब्दांची अपेक्षा माझ्याकडून होती. आणि खराची शक्ती समजल्यावर ते उगीचच ताणण्यात अर्थही नव्हता.
'पांडोबा, आपण उठू या आता. साडेसात वाजले. इथून बोरीबंदर आणि तिथून सेंट्रल रेल्वेच्या लहरीप्रमाणे गाड्या. एक तास तरी सहज जाईल.'
'इथून खरं म्हणजे हलावसं वाटत नाही रे.' – असं म्हणत तो 'पटकन्' उठला. मीही उठलो. कपडे उगीचच सारखे केले. दोघांचं चालणं परत मूकतेनं चालू झालं. आम्ही दोघे आता लाजलो होतो, शरमलो होतो. काहीतरी वेगळं करावंस वाटत होतं दोघांनाही. जास्तीत जास्त काय करू शकत होतो आम्ही? – घरी दोन तास उशिरा पोचायचं आणि अशीच एक वेडाची लहर म्हणून एखादी सिगारेट ओढायची. बस!... दोघांनाही आपापल्या सामर्थ्यांची – भरारीची किंवा त्यापेक्षा दुबळेपणाची जाणीव झाली होती, अगतिकता प्रत्ययास आली होती!
आम्ही बोरीबंदरला आलो.
'अरे, ती बघ, फास्ट लोकल सुटणार आता!' – पांड्या ओरडला आणि बंधनाविरूद्ध ओरडणारे आम्ही दोघं गाडीकडे धावत सुटलो.
गाडी मिळाली. गार वारं लागताच डोकं जरा शांत झालं. माझे विचार गाडीपुढे

धावून घरी पोचले. वसुधा काय करीत असेल?... गॅलरीत येऊन उभी राहिली असेल, सुहासला हांक मारायला शिकवीत असेल...

पटकन मनात विचार आला, 'म्हणजे रोजचंच दृश्य!'

पुनः कंटाळलो. पुनः अगतिकेची जाणीव झाली. फास्ट लोकल पकडतानाची धावपळ आठवली. चाकांचा खडखडाट आणि वेगानं उलट दिशेने धावणारे खांब मला उपाहासानं हसताहेत असं वाटू लागलं.

दादरला आम्ही उतरलो. माझा निरोप घेऊन पांड्या सपासपा निघून गेला. मी त्याच्यावर चिडलो. ह्याला उगीचच बरोबर घेतला. आज मी एकटा हवा होतो. आख्खी रात्र 'गेट वे' वरच काढली असती.

चरफडत चाळीचे जिने चढून वर आलो आणि दाराशी आलो तो भलं मोठं कुलूप!

आणखीन वैतागलो. रागानं कुलूप काढलं. लाथेने दरवाजा उघडला. दिवा न लावता, कपडे न बदलता पलंगावर अंग झोकून दिलं. नवरा घरी यायच्या वेळेला बायको घरात नाही म्हणजे काय? पर्वाच राहिली नाही घराची, अन् नवऱ्याची... येऊ दे वसुधेला. चांगलं... फायर करतो!...

उघड्या दरवाज्यातून नजर आकाशाकडे गेली. आणि .... या माझ्या पंखांनी...

उडण्याचे वेड दिले

उडण्याचे वेड दिले

उडण्याचे....

खरंच! वसुधेला आकाशाबद्दल आणि समुद्राबद्दल सांगायचं आहे नाही का?–

मी मग तिची वाट पाहू लागलो. सहसा मी घरी परतायच्या वेळी ती बाहेर जात नाही; आज गेली होती.

आणखीन अद्भुत!

बरं झालं ती घरात नाही तेच! ऑफिसात काम होतं म्हणून थाप नको मारायला!!

बराच वेळ मी तसाच पडून होतो. जवळजवळ तासाभरानं वसुधा आली. अंधारात बसलेला पाहून चकित झाली. दिवा लावल्यावर, मी अंगातला कोटही न काढता झोपलेला पाहून तिला आणखीनच विस्मय वाटला.

'केव्हा आलात?'

'बराच वेळ झाला.'

'खाऊन घेतलंत?'

'नाही.'

'टेबलावरची चिठ्ठी नाही पाहिलीत?'

'आलो तो असाच पडलोय.'

ती मग झर्कन् जवळ आली.
'रागावलात?'
'नो नो. सुहास कुठाय?'
'आईकडे.'
मी गप्प बसलो. तिची अपेक्षा होती, मी तिला 'कुठं होतीस?' म्हणून विचारावं; नेहेमीप्रमाणे रागावावं, पण मला काहीच करावंस वाटत नव्हतं. बराच वेळ ती माझ्याजवळ मूकपणे बसून राहिली. मग म्हणाली,
'हे काय हो, मला काहीतरी विचारा ना! बोला. रागवा. ओरडा!' काहीतरी विचारा ना!' इतका वेळ कुठं होतीस' म्हणून खडसवा ना!'
'का म्हणून?' मी शांतपणे विचारलं.
–माझं नवीन स्वरूप पाहून ती गडबडली, आणि मग माझ्याकडून प्रश्नाची वाट न बघता माझ्या अंगावर रेलीत ती म्हणाली,
'तुम्ही रागावणार नसाल तर एक सांगणार आहे.'
'काय?'
'मी आज कंटाळले होते – सगळ्याला? –म्हणजे अगदी तुम्हालाही. काय म्हटलं रोज तुमचं हसतमुखानं स्वागत करायचं.'
–मी गप्प होतो.
–हे हो काय? तुम्ही रागवा की अजून तरी!'
माझी शांतवृत्ती तिला सहन होईना. पेलवेना. तरी तिला खूप बोलायचं होतं. आपल्याच नादात ती म्हणाली,
'आज सुहासचाही कंटाळा आला होता. काहीतरी वेगळं घडायला हवं होतं– पण आम्हा मेल्या संसारात अडकलेल्या बायकांच्या आयुष्यात वेगळं काय घडणार? – सुहासनं आईकडे जाण्याचा हट्ट घेतला तशी त्याला दिलं तिकडे पाठवून! मी बसले मग चौपाटीवर जाऊन!'
–मी मोठ्यांदा हसलो. तिला जवळ ओढीत मी म्हणालो,
'इतका वेळ तू–'
'चौपाटीवरच होते. उठावसंच वाटेना. पण शेवटी उठलेच– आमची धाव एवढीच. पुरुषांसारखं थोडसं असतं आमचं? शेवटी बायका त्या बायकाच.'
शेवटचं वाक्य मला लागलं, पण हसूही आवरेना. ती मात्र त्याच वेगात बोलत होती,
'आज सगळं नवीन वाटत होतं. समुद्र, आकाश, वाळू, माणसं...'
मग मात्र मला रहावेना. माझी आगतिकता मला आठवली. कोशाबाहेर पडण्याची दुबळी धडपड आठवली. काहीसा आवाज चढवीत मी मग विचारलं,

'एवढा वेळ तू समुद्रावर होतीस? आणि तीही एकटी?'

माझ्या गळ्यात हात टाकीत आणि छातीवर डोकं घुसळीत ती म्हणाली,

'ऊं हूं! – एकटी नव्हते. माझ्यासारखी आणखी एक वेडी होती बरोबर! – तुमच्या पांड्याची बायको!!'

'बेटा, मी ऐकतो आहे!'

तिसरी घंटा घणघणली व बाहेरचा संमिश्र कोलाहल बंद पडला. उगीचच इकडून तिकडे वळणाऱ्या माना स्टेजच्या दिशेकडे स्थिर झाल्या. लोकांचे लक्ष आता आपल्याकडे आहे याची खात्री वाटताच मी गंभीर आवाजात बोलायला सुरुवात केली.

'सभ्य स्त्रीपुरुषहो, माझ्या वादनविद्यालयाचा हा पहिलाच जाहीर कार्यक्रम आहे. आपल्या चरणी ही कला सादर करताना मला अतिशय आनंद वाटत आहे. आपण शांतपणाने हा सर्व कार्यक्रम पाहावा अशी आपल्याला नम्र विनंती करून, मी कार्यक्रमाला सुरुवात करतो.'

'आजच्या कार्यक्रमाची सुरुवात 'शिरीष भागवत' ह्याच्या फिड्लवादनाने होईल. हा विद्यार्थी माझ्या विद्यालयात नुकताच शिकायला लागला आहे. कलेच्या प्रांतातील हा नवखा मुशाफिर आहे, हे लक्षात घेऊन आपण त्याच्या हुशारीचे कौतुक करावे, ही विनंती!'

एवढे बोलून मी शिरीषकडे पाहिले. मला ह्या मुलाची अतिशय भीती वाटत होती. खरे सांगायचे म्हणजे माझ्या मनातून मला शिरीषला कार्यक्रम द्यायचाच नव्हता! कारण नुकताच शिकायला लागलेला हा विद्यार्थी माझ्या विद्यालयाचे नाव बद्दू करील याची मला खात्री होती; आणि म्हणूनच मी त्याला कार्यक्रम देण्याचे टाळत होतो!

मी शिरीषकडे पाहिले. त्याच्या चेहऱ्यावर धीटपणा व आत्मविश्वास पुरेपूर प्रतिबिंबित झाला होता; पण, त्याचे हे अवसान फार वेळ राहणार नाही, हे मी ओळखून होतो. पडदा वर जाऊन बाहेरचा श्रोतृवृन्द नजरेला पडताच त्याचा हा धीर सुटेल याची मला खात्री होती!

शिरीषने खूण करताच मी पडदेवाल्याला इशारा केला आणि पडदा झरझर वर गेला.

फूटलाईटचा झगझगीत प्रकाश डोळ्यावर पडताच शिरीषने डोळे मिटून घेतले. त्या प्रकाशाची डोळ्यांना जराशी सवय झाल्यावर शिरीषला सबंध श्रोतृवृन्द दिसला आणि त्याच क्षणी त्याच्या मनाची झालेली चलबिचल त्याच्या चेहऱ्यावर स्पष्ट दिसू लागली. तो गडबडून गेला आहे हे मी ओळखले. त्याला आता सावरून धरणे, शिक्षक या नात्याने माझे कर्तव्य होते. मी तंबोरेवाल्याला व तबलेवाल्याला खूण केली. तंबोऱ्याचा धीरगंभीर आवाज घुमू लागला. तबलेवाल्याचा सराईत हात तबल्यावर पडला! एकच मिनिट शिरीषने डोळे मिटून कुणाचे तरी ध्यान केल्यासारखे दिसले व पुन्हा त्याचा चेहरा पूर्वीच्या आत्मविश्वासाने न्हाऊन निघाला व हलकेच त्याने 'षड्ज' लावला! एका दहा ते बारा वर्षाच्या मुलाने शांतपणे वाजवायला सुरुवात केलेली पाहून लोक शांत बसले. धीमेपणाने शिरीषने भूप रागातली गत् वाजवायला सुरुवात केली! तेच ते सूर! मात्रेचाही फरक नाही. तो शांतपणे वाजवू लागला आणि...

आजपर्यंत बसला नव्हता एवढा धक्का मला बसला! कानावर विश्वास बसेना, नजरेवरही बसेना! पंचेंद्रिये दगा तर देत नाहीत ना अशी शंका मनाला चाटून गेली. माझ्या जागी तुम्ही असता, किंवा आणखी कोणीही असता तरी त्याच्या मनातही तशीच शंका आली असती! तुम्हीच सांगा, सुमारे पाचसहा महिन्यापूर्वी एक मुलगा व्हायोलिन शिकायला येतो काय, कार्यक्रमाच्या आधी दोन महिने गैरहजर राहतो काय व ऐनवेळी कार्यक्रमाला हजर राहून एवढे सुंदर वाजवतो काय! सारेच अघटित नव्हते काय?

सुमारे सहा महिन्यांपूर्वी शिरीष माझ्या विद्यालयात आला. मी माझ्या विद्यालयातील दोन विद्यार्थिनींना ताना समजावून सांगत होतो. दरवाज्याकडे सहज माझे लक्ष गेले, तो दारात एक मुलगा उभा! तो बऱ्याच वेळेपासून तेथे उभा असावा असे वाटत होतो, पण कंटाळल्याचे चिन्ह त्याच्या चेहऱ्यावर अजिबात नव्हते. धीटपणे पुढे येत त्याने विचारले,

'आपणच का पी. जनार्दन?'

विद्यार्थिनींचे हात तसेच थांबले, व्हायोलिनचे सूर बंद पडले. मी सुहास्य मुद्रेने 'होय' म्हणताच तो म्हणाला,

'माझे नाव शिरीष भागवत, घरी 'श्री'च म्हणतात. मला गाण्याची फार आवड आहे!'

त्याची ही सगळी बोलण्याची गडबड पाहून मला व माझ्या विद्यार्थिनींना हसू आवरेना. लगेच तो पुनः म्हणाला,

'आपण जरा इकडे याल का? मला जरा आपल्याशी चर्चा करायची आहे!'

त्याने वापरलेला 'चर्चा' हा शब्द ऐकून आम्ही सगळे पुनः हसलो. मी उठून बाहेर

गेलो. आता तो जरा गंभीर झाला. मी त्याला म्हणालो,

'तुला गाण्याची आवड आहे तर!'

'माझ्यापेक्षा माझ्या वडिलांना त्याचा फार षोक आहे!' – त्याचे उत्तर

'तुला व्हायोलिन शिकायला आवडेल का?'

'माझ्यापेक्षा माझ्या वडिलांना, मी शिकलेले फार आवडेल!'

त्याच्या चमत्कारिक उत्तराचे मला नवल वाटू लागले व थोडीशी चीड पण येऊ लागली. तो थोडा वेळ थांबून पुढे म्हणाला,

'मी आपल्याकडे शिकायला येईन, पण माझी एक अट आहे. मी शिकायला आलो, की रोज माझ्याबरोबर माझे वडील पण येतील व शिकवणी चालू असताना वर्गातच बसतील!'

आता मात्र मला राग आला. हा मुलगा निव्वळ चावटपणा करायला आला असून मी माझा वेळ वाया घालवतो आहे याची मला जाणीव होऊ लागली. शेवटी 'फी' चा जबर आकडा त्याला सांगावा म्हणजे त्रास चुकला असे ठरवून मी हसत म्हणालो,

'मान्य! तुझ्या अटी एकदम मान्य! पण त्यासाठी तुला महिना पन्नास रुपये फी द्यावी लागेल.'

'कबूल! उद्यापासून मी येतो. माझ्याबरोबर वडील पण येतील बरं का!' असं म्हणून माझ्या आश्चर्यचकित चेहऱ्याकडे न बघता शिरीष चटकन् निघून गेला.

दुसरे दिवशी तो अगदी वेळेवर आला. त्याच्याबरोबर एक वयस्कर आणि भारदस्त गृहस्थ होते.

हे माझे गुरुजी, नाना; आणि हे माझे वडील!'

आमचे नमस्कार झाले. एक अक्षर न बोलता नाना खुर्चीवर बसले. मी पण न बोलता व्हायोलिन काढले व शिरीषच्या हातात दिले. त्याने बरोबर वही वगैरे आणलेली पाहताच माझा त्याच्याबद्दलचा ग्रह चांगला झाला. पहिल्या दिवशी प्राथमिक माहिती व पहिला धडा दिल्यावर मी हातात व्हायोलिन घेतले. माझ्या विद्यालयात येणाऱ्या विद्यार्थ्यांना पहिल्या दिवशी स्वत:च वाजवून दाखवावयाचे अशी माझी प्रथा होती. त्यामागील हेतू एवढाच की, मला त्यांना सुचवावयाचे असते की नेटाने नीट टिकलात तर इतपत वाजवू शकाल. त्याप्रमाणे सुमारे वीसएक मिनिटे मी पिलू रागातली एक गत वाजवून दाखवली. जिवाचे कान करून नाना ऐकत होते व शिरीष माझ्याकडे व नानांकडे आळीपाळीने बघत होता. मी व्हायोलिन खाली ठेवले व नानांकडे पाहिले. त्यांच्या चेहऱ्यावर तृप्तीचे समाधान स्पष्टपणे दिसत होते!

आपण जाऊ या आता!' शिरीष म्हणाला व पितापुत्र उठले. मीच आपण होऊन

विचारले,
'काय कसं काय वाटलं एकंदरीत?'
'वा उत्कृष्ट! त्याबद्दल प्रश्नच नाही.' शिरीषनेच मध्ये उत्तर दिले. मला त्याच्या आगाऊ स्वभावाचा राग आला.
'आपण कुठे असता कामाला!'
भोचकपणे शिरीषच पुन: म्हणाला,
'श्रीनिवास मिल्समध्ये मॅनेजर होते!'
मला वाटले की, मध्येमध्ये बोलल्याबद्दल नाना शिरीषला दम भरतील, पण त्याउलट ते कौतुकाच्या नजरेनेच त्याच्याकडे पाहात होते.
नियमितपणे रोज पितापुत्राची जोडी येऊ लागली. शिरीषची प्रगती पाहून मात्र प्रसंगी मी पण आश्चर्यित होत होतो. त्याचा हात वाजवायला अतिशय हलका होता आणि माझ्या सर्व विद्यार्थ्यांत त्याची आकलन शक्ती फारच दांडगी होती. तो झपाट्याने तयार होईल अशी माझी खात्री होती व माझ्या नकळत मी त्याला इतर विद्यार्थ्यांपेक्षा जास्त आस्थेवाईकपणे शिकवायला लागलो होतो. नाना रोज त्याच्याबरोबर येत व एक अक्षरही न बोलता शांत बसून रहात. मी पण त्यांच्याशी बोलत नसे. श्रीमंत लोकांच्या ज्या काही खोडी व लहरी असतात, तशी नानांची 'न बोलण्याची खोड' असेल असेच मी मानले.
मात्र शिरीषला मी शिकवत असताना नाना माझ्याकडे अशा चमत्कारिक नजरेने व संशयाने पहात असत की, जणू काय मी त्यांच्या मुलाला शिकवताना 'हातचे काही राखूनच' ठेवत आहे! मला ती नजर बिलकूल आवडत नसे! श्रीमंतांची तशी एक पद्धत! पण बडे कूळ सापडले आहे या विचाराने मी गप्प बसून होतो.
हां हां म्हणता तीन महिने निघून गेले! आणखीन तीन महिन्यांनी होणाऱ्या माझ्या विद्यालयाच्या प्रथम कार्यक्रमात आपण शिरीषला कार्यक्रम द्यायचा, असा मी निश्चय करून टाकला आणि त्यानुसार मी शिरीषला म्हणालो,
'शिरीष, अशीच प्रगती कायम राहू दे. आपल्या विद्यालयाच्या कार्यक्रमात मी तुझा कार्यक्रम ठेवणार आहे.'
हे ऐकल्यावर शिरीषला अत्यानंद होईल अशी कल्पना होती. पण त्याच्या चेहऱ्यावर आनंदाच्या काहीही भावना दिसल्या नाहीत. इतकेच नव्हे, तर त्याचा चेहरा काहीसा उतरला! मी विचारले,
'काय, तुला हे ऐकून काहीच आनंद वाटत नाही का?' गंभीर आवाजात ठाशीव स्वरूपाचे उत्तर आले,
'माझ्यापेक्षा नानांना त्याचा आनंद जास्त होईल.'
पितापुत्र गेले आणि प्रत्येक वेळी मिळणाऱ्या शिरीषच्या तऱ्हेवाईक उत्तराचे आश्चर्य

करीत मी बसलो. प्रत्येक वेळी तो नानांचे नाव का घेतो व नाना अगदी रोज त्याच्याबरोबर येतात, याचे रहस्य काय असावे ह्या प्रश्नाचे उत्तर मला सापडेना. याशिवाय आणखीन् एक शंका माझ्या मनात वरचेवर येत असे. ती म्हणजे, नाना जवळ असताना शिरीष मोकळ्या मनाने व्हायोलिन वाजवत नसावा ही!

आणि दुसरेच दिवशी शिरीष आला नाही! त्याचा हा पहिला खाडा! 'नसेल एखादवेळेस जमले' असे मी समाधान करून घेतले. पण त्याच्या दुसऱ्या दिवशीसुद्धा शिरीष आला नाही. चौथा दिवस गेला. पाचवा गेला आणि तसेच पंधरा दिवस गेले! शिरीषचा पत्ता नव्हता. सोळाव्या दिवशी एक मनुष्य निरोप व फीचे पैसे घेऊन आला. 'नाना आजारी असल्यामुळे शिरीष येऊ शकणार नाही' असे तो म्हणाला. थोड्याशा त्राग्यानं मी म्हणालो, 'नानांशी त्याला काय करायचे आहे! इकडे कार्यक्रम जवळ येत चालला आहे, त्याचे काय?'

–शिरीष आला नाही, त्याची वाट पाहून मी त्याचा कार्यक्रम रद्द केला. त्याचे नाव पण काढायचे नाही, असे ठरवून मी बाकीचे विद्यार्थी तयार केले.

समारंभाचा दिवस उगवला आणि सकाळपासून शिरीषच्या आठवणीने मी उगाचच बेचैन झालो होतो. सकाळची इतर कामे आटोपून मी जरा स्वस्थ बसतो न बसतो तोच दारात शिरीष उभा! मी ताडकन् उभा राहिलो व त्याच्या जवळ गेलो.

'अरे प्राण्या, तुझा पत्ता तरी काय? आणि आज एकटाच कसा काय? नाना कसे नाहीत बरोबर? इकडची दुनिया तिकडे होईल ना?'

'इकडची दुनिया तिकडेच झाली आहे सर. यापुढे मी एकटाच दिसेन! माझे नाना... नाना... माझे नाना कायमचे गेले हो सर!!!'

बऱ्याच सांत्वनानंतर त्याने विचारले, 'आज आपल्या विद्यालयाचा कार्यक्रम ना?' मी खिन्नपणे 'हो' म्हणालो!

'मग मला आज कार्यक्रम द्या. नाही म्हणू नका सर. एवढीच इच्छा पुरवा!'

तो असे म्हणाल्यावर मात्र माझ्यातला मास्तर जागा झाला. मी सौम्य आवाजात म्हणालो,

'शिरीष, मी तुझ्या भावना ओळखतो; पण आज माझा नाइलाज आहे. आजच्या ह्या पहिल्या कार्यक्रमावरच आपल्या विद्यालयाची इभ्रत अवलंबून आहे. त्यातून तुझी दोन महिने गैरहजेरी लागलेली. तूच सांग, मी तुला कार्यक्रम कसा काय देऊ?'

–अगतिक होऊन शिरीष म्हणाला, 'सर, माझी एवढी एकच विनंती मान्य करा. मला आज वाजवू दे. नंतर जन्मात हात लावणार नाही व्हायोलिनला!'

'तू पुढे जन्मभर वाजव पण आज वाजवू नको. तुझी मन:स्थिती पण आज बरोबर नाही.'

'मला परवानगी दिलीत तर माझी मन:स्थिती आपोआपच सुधारेल!'
शेवटी त्याचे दु:खित मन पुन: आणखी कशाला दुखवा, असा विचार करून मी त्याला परवानगी दिली. मात्र पहिलाच कार्यक्रम त्याचा ठेवावा असेच मी ठरवले. त्याप्रमाणे मी परवानगी दिली आणि शिरीष वाजवू लागला. आणि सुरुवातीलाच लिहिल्याप्रमाणे मला धक्क्यावर धक्के बसू लागले. शिरीष कार्यक्रम करण्यात मुरलेल्या एखाद्या वादकाप्रमाणे वाजवत होता. इतके शिकला तरी कुठे ह्याचाच मी विचार करीत होतो; आणि त्याहीपेक्षा मला मुख्य प्रश्न असा पडला होता की नवीनच शिकायला लागलेला मुलगा इतके उत्कृष्ट वाजवतो, तर जुने मुरलेले विद्यार्थी किती छान वाजवत असतील, असेच बाहेरचे लोक म्हणत असणार, तेव्हा याच्यानंतर वाजवायला कुणाला बसवावे?
टाळ्यांच्या कडकडाटाने मी भानावर आलो. शिरीष आत आला व त्याने माझ्या पायांवर डोके ठेवले. मी त्याला उठवीत विचारले,
'शिरीष, हा काय प्रकार आहे? तू माझ्याकडे न येता आणखीन कुठे शिकत होतास?'
डोळे पुशीत शिरीष म्हणाला,
'सर, काय ही भलतीच शंका! मी तुम्हाला सर्व सविस्तर सांगतो–
'ज्या दिवशी मी तुमच्याकडे फी व चिठ्ठी पाठवली, त्याच रात्री नाना वारले. मला धक्काच बसला. ज्यांच्यासाठी शिकत होतो तेच गेल्यावर कशाला आता शिका म्हणून मी व्हायोलिनला हात लावायचा नाही असे ठरवले.
'तुम्हाला कदाचित् माहित असेल किंवा नसेलही! माझे नाना एकेकाळी उत्कृष्ट गवई होते. पण त्यांना एकदा कसलासा जबर अपघात झाला व त्या अपघात ते ठार बहिरे झाले. त्यांना काहीही ऐकू येत नसे. ओठांच्या हालचालीवरून त्यांना काही काही शब्द समजत! बहिरेपणाच्या इतर गैरसोयीपेक्षा संगीतसेवा अंतरली याचाच नानांना धक्का बसला. शेवटी त्यांनी मला काही तरी वाद्य शिकण्यासाठी उद्युक्त केले. कोणीतरी संगीतशास्त्रासाठी सतत धडपड करीत असल्याचे पाहाण्यातच त्यांना अमाप सौख्य मिळत होते; म्हणूनच ते रोज माझ्याबरोबर इथे येत होते, पण त्यांना ऐकू काहीच येत नव्हते. त्यामुळे मला वारंवार खेद व्हायचा की, मी वाजवण्यात कितीही प्रगती व कौशल्य दाखवले तरी माझे नाना काही ते ऐकू शकत नाहीत, या विचाराने मला नानांसमोर मोकळेपणा वाटत नव्हता!'
'ज्या दिवशी नाना गेले त्याच दिवशी मी ठरवले की, संगीत बंद! पण दुसऱ्याच क्षणी मनात विचार आला की, माझे नाना तेव्हा माझे वादन ऐकू शकत नव्हते. पण आता माझ्याच शेजारी बसून नक्की ऐकत आहेत. ह्या विचारासरशी, लोकांच्या निंदेकडे लक्ष न देता मी त्याच दिवसापासून व्हायोलिन वाजवायला सुरुवात केली.

आज सकाळपर्यंत मी कुठे बाहेर पडलो नव्हतो. चोवीस तास एकच उद्योग, एकच ध्यास! मी प्रॅक्टीस करू लागलो, म्हणजे मला भास व्हायचा की, पुढच्या ताना व सूर मला नानाच सांगत आहेत, तबल्याचा ठेका त्यांनीच धरला आहे व तंबोऱ्याच्या तारांवरून पण त्यांचीच बोटे फिरत आहेत.

आज कार्यक्रमाच्या सुरुवातीला, एवढे लोक पाहून, मी गडबडून गेलो होतो; पण डोळे मिटून घेताच नानांची मूर्ती डोळ्यासमोर आली. ते म्हणाले, 'बेटा वाजव, मी ऐकतो आहे!' मला जोर चढला. माझ्या डोळ्यांसमोर प्रेक्षक नव्हते, थिएटर नव्हते, कोणी नव्हते! माझे नाना, मी आणि सूर!!'

शिरीष गप्प बसला आणि ह्याच्यानंतर वाजवायला कोणाला बसवावे ह्या विचारात मी चूर होऊन गेलो!

✧

कपाट!

लांब लांब टांगा टाकीत जाणाऱ्या अच्युतला मी तेव्हाच ओळखलं. रात्रीचे साडेनऊ वाजले होते. त्या वेळेलासुद्धा ऑफिसला जायचं असल्याप्रमाणे तो झपाझपा चालला होता. त्याच्या एका हातात मोठा बोर्ड होता. रस्त्यावर रहदारी फारशी नव्हती. तरीसुद्धा कुणाचा धक्का लागेल की काय ह्या भीतीने तो जपून चालत होता. माझ्या अगदी जवळ आल्यावर मी त्याला हाक मारली.

'अच्युत!'

ह्या वेळी कोणी भेटेल ह्याची कल्पना नसल्यामुळे तो जरासा आश्चर्यित होऊन थबकला. जरासा नाराजीनेच तो थांबला होता.

'गाडी घालवलीस बघ माझी!' – स्टेशनात घुसणाऱ्या गाडीकडे पाहात तो म्हणाला.

'इतक्या रात्री. गडबडीनं कुठं?'

'चर्नीरोडला निघालो होतो. खोकावालाकडे!

'कोण हा?'

'एक पारशीण.'

'तुला बऱ्या नेहमी पारशिणी भेटतात. ही कोण खोकावाला?'

'आहे अशीच एक.' थोडसं वैतागून त्यानं उत्तर दिलं.

एवढा वैतागलास का?'

'नाही तर काय रे? ज्यांना काही अकला नाहीत त्यांच्याकरता आम्ही आमची कला राबवायची. अक्षरश: आडनावाप्रमाणे आहे ती बाई. खोकं! खोकं!!'

'काय झालं तरी काय?'

'काय व्हायचं? बघ; हे पोट्रेट बघ.' गुंडाळलेला कागद उलगडीत अच्युत म्हणाला. रस्त्यावरच्या दिव्याच्या उजेडात मला ते अंधुकच दिसत होतं, तरी

चेहऱ्यावरचा भाव, नजरेतला जिवंतपणा, कुंचल्यातली सफाई या गोष्टी नजरेआड होऊ शकत नव्हत्या.

'सिम्पली माव्हर्लस्!'

'चित्र की बाई?'

'दोन्ही!'

'त्यातल्या त्यात?'

'खरं सांगू?'

'सांग.'

'बाईच जास्त सुरेख आहे.'

'म्हणून तेवढीच मूर्ख आहे. परमेश्वरानं स्त्री निर्माण केली तेव्हा तिला विचारलं, 'तुला बुद्धी हवी की सौंदर्य हवं?' तेव्हा ती म्हणाली, सौंदर्यच हवं. सौंदर्य ही वस्तू बुद्धीच्या जोरावर विकत घेता येत नाही. पण सौंदर्याच्या जोरावर बुद्धी विकत घेता येते.'

'एवढं सांगण्याइतपत तिच्याजवळ बुद्धी होती म्हणायची!'

'तेवढी हवीच.'

'मग सध्या तिनं तुला विकत घेतलंय तर?'

'जवळजवळ तसंच. म्हणून तर न पटणाऱ्या गोष्टी कराव्या लागतात. तिचं हे पोट्रेट आज मी आठव्यांदा केलं. प्रत्येक वेळी निराळी तऱ्हा. अगदी पहिल्यांदा मी माझ्या खास पद्धतीनं केलं. त्यातली 'शेड–लाईट' एवढी अप्रतिम साधली होती तशी माझी मलाच पुन: साधणार नाही. पण त्या बयेला शेड–लाईटच कळत नाही. उजव्या बाजूने लाईट घेतला असला तर डाव्या बाजूला शेड् येणारच. मला म्हणते काय, 'ए साला लेफ्ट साईडला असा डाग नाय पडल तर चांगला होएल.' आता शेडलाईटची प्रिन्सिपल तिला कशी पटवायची हा प्रॉब्लेम आहे. मग मी दुसरं पेंटिंग सबंध अगदी लाईट कलरस्कीममध्ये केले. जास्त कॉन्ट्रास्ट ठेवलाच नाही. तर मग म्हणते काय, 'एच्यामंदी तो मला टी. बी. झ्याला असा लागतो – आता त्या बाईपुढं काय कपाळ फोडायचं?'

'असं, म्हणजे प्रॉब्लेमच आहे म्हणायचा. पैसे देते ना खूप?'

'ते मिळतात रे. पण शेवटी शेवटी असं वाटू लागतं की चुलीत गेला तो पैसा; पण ही आपली आणि त्याहीपेक्षा आपल्या कलेची कुतरओढ नको. काही काही वेळा वाटतं झक् मारली आणि हा पेशा पत्करला! चांगला वकील, इंजीनियर किंवा डॉक्टर व्हायला हवं होतं. त्यातल्या त्यात डॉक्टरच. गरिबांची सेवा तरी झाली असती. आणि ह्या खोकावाल्यासारख्या बायका पाहिल्या म्हणजे तर वाटतं चांगलं सर्जन व्हावं. धडाधडा शस्त्रक्रिया करीत सुटावं. असल्या कलाभिरुची नसलेल्या

लोकांवर शस्त्र चालवल्याचं तरी समाधान मिळेल. दोन वर्षात गाडी ठेवली असती त्या डॉक्टर पानसरेप्रमाणे!'

'कोण पानसरे?'

'शारदाश्रममधला. माझ्यासमोर असतो.'

'तू शारदाश्रमाजवळ कधी राहायला आलास? मला माहीतच नाही.'

'चांगले चार महिने झाले. भेटतोस कुठे तू अलीकडे. लहरी म्हणून बोटं मात्र आमच्याकडे दाखवतां.'

'घरातल्या आजारपणांनी टेकीला आलो आहे मी. तू सडेसोट एकटा माणूस तुला काय माझ्या व्यापाची कल्पना?'

'नेहमी कोण आजारी असतं?'

'सगळी. बायको, छोकरा– मधूनमधून अस्मादिक.'

'डॉक्टर?'

'पानसरेच ना. म्हणून तर विचारलं कधी दिसला कसा नाहीस!'

'अगदी समोर उघडलाय् स्टुडिओ. डॉक्टरांच्या खिडकीतनं नुसता डोकावला असतास तर अख्खा स्टुडिओ दिसला असता. सध्या कुणाला बरं नाही?'

'सौ.ला.'

'काय म्हणतात डॉक्टर?'

'काय म्हणणार! सगळं ऐकून घेतात आणि शेवटी पेटन्ट पेनिसिलीन आहेच. तेवढ्यापुरतं बरं वाटतं. कायमचा परिणाम मात्र खिशावर होतो. मी परवा त्यांना म्हणालो, 'डॉक्टर, तुम्ही इंजक्शन एकच देता पण भोकं मात्र दोन ठिकाणी पडतात. एक शरीराला, दुसरं खिशाला' अच्युत हसत हसत म्हणाला, 'मग रागावला का?'

'नाही. तसा तो स्पोर्ट्स आहे. त्याचं ठरलेलं वाक्य असतं.'

'तू एकुलता मुलगा आहेस, तुला काय पैशाची काळजी?'

'खरं आहे त्याचं!'

'तुला काय लागतं तसं म्हणायला! गेल्या महिन्यात पंचेचाळीस रुपये बिल दिलं.'

'द्यायलाच हवेत. त्याखेरीज त्यांच्या मोटारी चालतात की काय. मजा असते बघ डॉक्टरांची. Easy money! मला माझा स्टुडिओ दवाखान्यासमोर बिलकुल उघडायचा नव्हता. पण नेमकी तशीच जागा मिळाली. त्या पानसरेचा तर मला फार राग येतो. दोन्ही–तिन्ही वेळेला मस्तपैकी मोटारीतून येतो. परवाच कॅडिलॅक् घेतलीन नवी. आणि आम्ही बघा. दोन दोन महिने एखादं पोट्रेट घासावं तेव्हा चार दिडक्या नज़रेला पडतात. त्याला आम्ही कलेची सेवा असं गोड नाव द्यायचं आणि कुणी कलावंत म्हटलं की छाती फुगायची.'

–ह्यावर माझ्याजवळ काही उत्तर नव्हतं. काही क्षण तसेच गेले. दुसऱ्या लोकलचा आवाज कानावर आला. आम्ही दोघंही सावध झालो. गडबडीनं अच्युत म्हणाला, 'जातो रे. दुसरीही गाडी चुकेल नाही तर. ये ना केव्हा तरी स्टुडिओत.'

'जरूर येईन, अच्छा!'

'गुड–नाईट!'

कल्पना नसताना संभाषण बरंच लांबलं होतं. अभावितपणे कुठली तरी कळ दाबली जाऊन कपाटाचा चोरकप्पा उघडला जावा त्याप्रमाणे अच्युतच्या मनोव्यापारांचा कप्पा दिसला होता. डॉक्टर भेटतील की नाही ह्या विचाराने मी भरभर चालू लागलो. दूरवरून दवाखान्यात उजेड दिसल्यावर मला हायसं वाटलं. डॉक्टर माझ्यासाठीच थांबले होते. मला चोरट्यासारखं झालं.

'आणखीन दोन मिनिटं उशीरा आला असतात तर माझी सहनशक्ती तुटणार होती.'

'Very sorry Doctor! वाटेत मित्र भेटला नसता तर मी अर्ध्या तासापूर्वीच आलो असतो.'

केसपेपर शोधता शोधता डॉक्टर म्हणाले,

'वाटेल तेव्हा बरे तुम्हांला मित्र भेटतात!'

'त्याला आता काय करणार? खूप दिवसांनी भेटला; बोलणं आवरणार तरी कुठं? तुमच्या समोरच राहातो.'

'असं?'

'हे काय, खिडकीतून त्याचा स्टुडिओ चक्क दिसतो.'

'अच्छा अच्छा, तो आर्टिस्ट होय? तुमचा मित्र का? मला फार कुतूहल आहे ह्या माणसाबद्दल.'

मी चकित होऊन बघतच राहिलो.

'मी त्याला 'श्रीमंत' म्हणतो. राजा माणूस आहे. लाईफ असं असावं. मस्तपैकी चित्रं काढावीत. लहर लागेल तरच काम करावं. आठवड्यातून एखादा – 'बिट्' करावा. कधी 'पेन्सिल स्केचेस.' कधी 'पेन अँड इंक' च काम करावं. मजा आहे.

'इथून दिसत का सारं?'

'तर काय! रिकाम्या वेळातला माझा तो छंद आहे. गेले दोन महिने तो प्राणी एका बाईचं पोर्ट्रेट करतोय. वा! काय मुलायम आहे हात त्याचा! अगदी प्रथम 'रिॲलिस्टिक' केलेलं ते पोर्ट्रेट तुम्ही पाहिलं असेलच.'

'नाही. मला आत्ताच म्हणाला तो.'

'वा राव, त्यातली शेड–लाईट पाहिली असतीत तर मॅड झाला असतात. असं वाटायचं, पुढल्या क्षणी ही बाई आपल्याशी बोलायला लागणार. त्यानंतर त्याच

पेंटिंगवर त्याने खूप प्रयोग केले. एकदा नुसती लाईटस्कीम एकदा चारकोल फिनिश. एकदा सॉफ्ट पेन्सिल फिनिश आणि एकदा तर नुसत्या पॅलेटनाइफन बस. बस. आपण खूष आहोत त्याच्यावर.

'डॉक्टर, त्या बारीकसारीक गोष्टी, टेकनिक् तुम्हाला कसं माहीत?' – मी उत्कंठेनं विचारलं.

'अहो, खरं म्हणजे मी चित्रकार व्हायचा. दोन परीक्षाही दिल्या होत्या. घरी चित्रकलेला लागणारं अद्यावत् सामान भरलेलं एक गोदरेजचं मोठं कपाट आहे. आमच्या वडिलांनी जर विरोध केला नसता तर आज दवाखान्याऐवजी मी स्टुडिओ उघडून बसलो असतो. पिताजींनी आम्हाला तेव्हाच ठणकावलं.

'चित्रकार होऊन उघड्या–नागड्या बायकांची चित्रंच काढणार ना? त्यापेक्षा डॉक्टर हो. जिवंत चित्रं बघ. गोरगरीब दुवा देतील. अंत:करणातल्या वेदना नुसत्या चेहऱ्यावर ब्रशांनी फटकारण्यापेक्षा – तो दर्द नाहीसाच करायला शीक.'–

–त्यांच्या इच्छेखातर डॉक्टर झालो. प्रॅक्टिस सुरू करून पंधरा वर्षे झाली. पण अजून एखाद्या बाईला तपासताना वाटतं. त्या उभार छातीची स्केचेस करण्याऐवजी मी तिथं रूक्षपणे स्टेथोस्कोप लावतो. हृदयातले गूढ भाव चेहऱ्यावर चित्रित करण्याऐवजी अरसिकपणे त्याचे ठोके मोजीत बसतो. कमनीय सिंहकटीचा बांधा रेषांनी अमर करायच्या ऐवजी पेनिसिलीनची सिरींज आणि स्पिरीटचा बोळा घेऊन उभा राहतो. सारं सारं खोटं! दिवसभर पेशण्टसची आंबट तोंडं पाहायची. प्रत्येकाचं दु:ख, दुखणं – स्वत:चं समजून त्यांना बघायचं. खोट्या आपलेपणानं चौकशी करायची. पोकळ धीर द्यायचा. अगदी अनावर –अनावर होतं पुष्कळदा. गाडी घेतलीय नवीन पण आत बसताना वाटल्यावाचून राहात नाही की आपण लोकांना फसवत आहोत. स्वत: फसत आहोत. घरी पोचल्यावर ड्रॉइंगच्या सामानाने भरलेल्या त्या कपाटाकडे एकदा डोळे भरून बघतो. एखादं ऑपरेशन सक्सेसफुल झाल्याचा जेवढा आनंद होत नाही तेवढा त्या वेळी होतो. दवाखान्यासमोर एखादं रूक्ष किराणा मालाचं दुकान किंवा कळकट सिंध्याचं हॉटेल निघायच्या ऐवजी एक स्टुडिओ यावा हे त्यातल्या त्यात बरं झालं असं वाटतं.'

डॉक्टर बोलता बोलता अचानकपणे थांबले. समोरच्या स्टुडिओत दिवा लागला. चर्नीरोडला न जाता अच्युत स्टेशनवरूनच परतला असावा. डॉक्टर त्याच्या हालचाली पाहण्यात गुंग झाले. मला विसरले. मला वाटलं डॉक्टरांनी असंच बोलत राहावं आज! यच्चयावत् सगळे डॉक्टर रुक्ष असतात या माझ्या ठाम समजुतीला सुरुंग लागला होता. औषध, इंजेक्शन, रोगी – त्या विश्वाच्या बाहेर जाऊन डॉक्टर बोलत होते. नकळत त्यांनी त्यांच्याबरोबर मलाही नेलं होतं. त्या जगात पानसरे, डॉक्टर नव्हते. चित्रकार होते. स्टेथोस्कोपच्या ऐवजी त्यांच्या हातात पॅलट होती.

त्या जगात आमचा अच्युत कॅडिलॅकमधून व्हिजिटला चालला होता. पानसरे इकडे पोट्रेट करत होते...

... मी त्या विश्वात रममाण झालो. डॉक्टर मात्र नेहमीच्या जगात लवकर आले. मी मात्र तिथेच रेंगाळलो–रमलो होतो. इतका की, डॉक्टरांनी दुसऱ्यांदा विचारलं असावं,

'सौ.च्या प्रकृतीत कालच्यापेक्षा आराम वाटतो का?'

.... आणि मी आपला म्हणून गेलो,

'डॉक्टर, मला ते तुमचं कपाट बघायचंय् एकदा!'

✧

अपघात

झुलत्या दरवाज्याला धक्का देऊन एक तीस–बत्तीस वर्षांचा तरुण माझ्या खोलीत घुसला. त्याचं ते तसं येणं, का कोण जाणे, मला आवडलं नाही. वास्तविक त्याच पद्धतीनं आजपर्यंत बरेचसे आलेही असतील. पण त्याचं येणं मला आवडलं नाही, एवढं खरं! तथापि मला नाटक करणं अवश्यक होतं. नाटक करण्याचे प्रसंग माणसावर नेहमीच येतात. त्यातून माझ्यासारख्या व्यवसायाच्या माणसाला – वकिलाला तर मिनिटामिनिटाला नाटकच करावं लागतं. वकिलाचं पहिलं भांडवल म्हणजे उत्तम अभिनय करणं! शक्य तेवढा चेहरा सौम्य करीत व आवाजात जास्तीत जास्त मार्दव आणीत मी म्हणालो,

'या बसा.'

तो माझ्यासमोर बसला. त्याचं ते बसणंही मला आवडलं नाही. एकच क्षण मनात विचार आला की त्याला सांगावं, 'मी कामात आहे. थोडा वेळ थांबावं लागेल.' त्याच्या नजरेकडे माझी नजर गेली आणि काय गंमत मला त्याचं ते बघणंही आवडेना. वाटलं, माझ्याकडे ह्याच दृष्टीनं हा फार वेळ बघत बसता कामा नये. ह्याला लवकर कटवावा. काय काम आहे, अशा अर्थानं मी त्याच्याकडे पाहिलं.

'माझं नाव सदाशिव आत्माराम बोकील. साताऱ्याहून आलो आहे. मला एके ठिकाणी सरकारी नोकरी मिळते आहे. मी एम्.एस्सी झालो आहे. पण त्यापूर्वी मला एका फॉर्मवर मॅजिस्ट्रेटची सही हवी आहे. तेव्हा त्या आधी...'

'एखाद्या वकिलाची सही हवी आहे!' मी त्याचं वाक्य पुरं केलं. जणू काय मला त्याचा आवाजही आवडला नाही. अशी माणसं पुष्कळ येतात. त्यांच्याकडून आम्ही पाच पाच रुपये घेऊन आमची सही देतो. मी त्याची सर्टिफिकिटं बघायला मागितली. मधून मधून मी ती न्याहाळत होतो. मधून मधून त्याच्याकडे नजर टाकून त्यांचं निरीक्षण करीत होतो. पाच रुपयांपेक्षा जास्त फी सांगितली तर

चालण्यासारखं आहे का, हे मला अजमावायचं होतं.

त्याचा चेहरा व पोशाख साधारण होता. पण पोशाखावर काय अवलंबून असतं म्हणा! काही जण अशा वेळी मुद्दाम साधारण पोशाख घालतात. पोशाखावरून मला नक्की काही ठरविता येईना. तोच माझं लक्ष त्याच्या हातातल्या घड्याळाकडे गेलं. माझ्या नजरेत ते तेव्हाच भरलं. चांगल्यापैकी फावरल्युबाचं एटनमिटिक सोनेरी पट्ट्याचं घड्याळ होतं. किमान दोनशेअडीचशे रुपये किंमत असेल. मग मी निर्णय घेतला. त्याची सर्टिफिकिटं त्याला परत करीत मी म्हणालो,

'ठीक आहे. मी तुम्हाला सही देतो. त्याला तुम्हाला दहा रुपये फी द्यावी लागेल.'

खुर्चीवरून एकदम उठून तो म्हणाला, 'फी आणि तीही दहा रुपये? एका सहीसाठी दहा रुपये?'

मला आश्चर्य वाटलं. शांतपणे मी म्हणालो,

'होय, दहा रुपये. सहीसाठी. ओळख नसलेल्या ओळखीसाठी. ह्या गृहस्थांना मी ओळखतो असं मी खोटंच सांगणार. माझ्या सांगण्यावरच मॅजिस्ट्रेटची सही होणार. तेव्हा त्याची एवढी किंमत आहे. तुम्हाला काय वाटलं?'

'मला वाटलं, तुम्ही सही फुकट द्याल.'

'तुम्हाला यापूर्वी पाहिलं नसतानाही?'

'होय!'

'का म्हणून?'

'केवळ भूतदयेनं!' तो सहजतेने म्हणाला.

मला विलक्षण चीड आली. एक अनोळखी इसम मला भूतदयेच्या गप्पा शिकवतो याचा अर्थ काय?

'आपण जाऊ शकता!' मी रुक्षतेनं म्हणालो.

'मला तुमचं आश्चर्य वाटतं. जे काम तुम्हाला जाता जाता करता आलं असतं...!' म्हणून तो रागानं बाहेर निघून गेला. आता तो एम्. डी. मेहताकडं जाणार हे मी ओळखलं. मेहता त्याच कामाबद्दल त्याच्याकडे वीस रुपये मागणार ह्याची त्याला कल्पना नव्हती. आपण असं वागायला नको होतं, असं उगीचच मला वाटू लागलं. प्रथमदर्शनी प्रतिकूल ग्रह झाला म्हणून आपण असं वागलो हे माझ्या लक्षात आलं होतं. तो माणूस समोर होता तेव्हा मला त्याची अतिशय चीड आली होती. आता तो बाहेर गेल्यावर मला उगीचच चुटपुट लागली. थोड्याच वेळात तो माझ्या दारावरून पुन्हा परत गेला. माझा तर्क खरा ठरला होता. मला त्याची प्रश्नोत्तरं आठवताच, अशा माणसाशी आपण योग्य तसंच वागलो, अशी स्वत:ची समजूत घालीत मी दुसऱ्या कामाला लागलो.

सुमारे तासभर काम केल्यावर मी घरी यायला निघालो. वाटेत मला माझा मित्र

डॉ. फाटक ह्याला भेटायचं होतं. रात्री आमचा सिनेमा ठरला होता. फाटक माझा बालमित्र. मध्यंतरी उच्च शिक्षणासाठी परदेशी गेला होता. काही दिवस तिथेच स्थाईक झाला होता. सातआठ वर्षांत त्याची काहीच हकीकत समजली नव्हती. परवा घरी जात असताना 'शुक् शुक्' कोण करतंय म्हणून मागे वळून पाहतो तो सुरेंद्र फाटक! मी म्हटलं,

'अरे! काय, तुझा पत्ता काय साहेबा? केव्हा आलास?'

'फुकट वकील झालास बघ. वर्तमानपत्र वगैरे वाचत नाही वाटतं? साऱ्या वर्तमानपत्रांतून आमचं आगमन छापून आलंय्. वकील आहेस का...?'

'हजाम नाही!' त्याची नेहमीची तुलना आठवून मी वाक्य पुरं केलं.

त्यावर तो खदखदून हसला होता. त्याचं ते हसणं, बोलणं, बघणं, सगळं सगळं कायम होतं. खूप दिवसांनी भेटलेल्या मित्रांमध्ये काही आश्चर्यकारक बदल झालेला दिसावा अशी ज्याप्रमाणे एक सुप्त इच्छा असते. त्याचप्रमाणं तो अगदी होता तसाच आहे हे दिसल्यावर निराळाच आनंद होतो. त्याप्रमाणे त्याच्यात काहीच बदल न झालेला पाहून मला बरं वाटलं. मी म्हणालो,

'तुझ्यात काहीच बदल झालेला नाही.'

'तू किती बदललास ते तरी सांग!'

'मी? पहिलं म्हणजे मी कुटुंबवत्सल माणूस आहे. दुसरं म्हणजे मी बाप झालो आहे.'

माझा हात हातात घेऊन दाबत व पाठीवर हात मारत तो ओरडला, 'छान.' ती पण त्याची नेहमीची सवय. एकूण पूर्वीचं सगळं कायम होतं.

'किती वर्षं होतास रे तिकडे?'

'आठ वर्षं झाली बोलता बोलता.'

'मग येताना एखादी 'मेरी', 'डॉली' घेऊन आलास की नाही?'

'छट्! काहीतरीच काय?'

'का? चांगल्या दिसतात की त्या बायका!'

'आपल्या तंद्रीत डौलानं जाणारी नागीण काय कमी सुरेख दिसते?' तो म्हणाला. मला उगीचच बरं वाटलं तेव्हा.

'मग आम्हाला कुटुंब केव्हा दाखवणार?'

'दाखवू की! केव्हा येतोस घरी?'

'घरी नाही येणार. असं करू, येत्या गुरुवारी चांगलं पिक्चर आहे एक 'रोमन हॉलीडे' त्याला जाऊ. तिथंच ओळख. कशी आहे कल्पना?'

'विलायती आहे!' मी हसून म्हणालो.

आणि आज तो गुरुवार होता, घरी जाता जाता त्याच्या दरवाज्यावरून जाऊन

रात्रीचा कार्यक्रम नक्की करणार होतो. पत्ता शोधायला वेळ लागला नाही. दारावरच त्याच्या नावाची डौलदार पाटी झळकत होती.
'आलास का?'
'आलो. आठवण करून द्यायला आलो. रिकामा आहेस ना?'
'आहे. आत्ताच एका कामातून मोकळा झालो. एक सहासात वर्षांची पोरगी इथं समोर मोटारखाली सापडली. मोटारवाला पळून गेला. पण एका हुशार माणसानं तेवढ्यात त्याचा नंबर टिपून घेतला. पोरीला माझ्याकडे आणली. बँडेज बांधलं. दोन इंजेक्शनं आवश्यक वाटली म्हणून दिली.'
'अरेरे, फार लागलं का रे?'
'लागलं असतं– म्हणजे मेलीच असती! त्या माणसामुळं बचावली. पण खरी मजा पुढंच आहे. मी त्याला विचारलं, 'तुमची मुलगी का?' तो म्हणाला, 'नाही. डॉक्टरकडे न्या', म्हणून बऱ्याच जणांनी ओरडाओरड केली पण पुढाकार कोणीच घेतला नाही. मी म्हणालो, 'मग आता हिचं घर?' 'तिच्या दप्तरात वही आहे त्याच्यावर पत्ता आहे. तिकडे पोचवीन मी.' मी थोडासा घुटमळलो. आता ती मुलगी पुन्हा माझ्याकडे येणार नव्हती. त्यांच्या फॅमिली डॉक्टरकडे नंतर ती गेली असती. पण त्या गृहस्थाचासुद्धा त्या मुलीशी काही संबंध नव्हता. शेवटी जाऊ दे, काय पैसे मागायचे असा विचार मी करू लागलो. त्या गृहस्थाचं माझ्याकडे बारीक लक्ष होतं. मला त्याची नजर आवडली नाही. 'बिल कसं मागायचं ह्याचा विचार करीत असाल तुम्ही!' अगदी चमत्कारिक आवाजात त्यानं मला अनपेक्षित प्रश्न विचारला, 'अर्थात्' माझ्या तोंडून नकळत उत्तर गेलं. आणि काय गंमत! त्या इसमानं ताडकन आपल्या हातातलं घड्याळ माझ्यापुढं आपटलं!' हे डिपॉझिट म्हणून ठेवा. पैसे उद्या आणतो. पाच रुपये जवळ आहेत. पण ते टॅक्सीला लागतील. खरं म्हणजे एका लहान पोरीला दोन इंजेक्शनं व बँडेज बांधलंत ह्यात तुम्ही विशेष काय केलंत? तुमच्या मुलीसारखीच आहे ही तुम्हाला!'
'मला उगीचच राग आला. त्या माणसाची नजर व आवाज दोन्ही मला आवडली नाहीत. मी बोललो, 'काय म्हणून फुकट देऊ?' 'केवळ भूतदयेनं!' अगदी सहजतेनं तो म्हणाला. मग मी फारच चिडलो. त्याचं घड्याळ ठेवून घेतलं. चांगलंच भारी आहे, त्याच्या हाताला नव्हतंच शोभत नाही तरी!'
मला राहवेना. मी जवळ जवळ ओरडलोच, 'दाखव ते घड्याळ!'
सुरेंद्रनं ड्रॉवरमधून घड्याळ काढलं व माझ्यासमोर धरलं. त्या टाकून गेलेल्या गृहस्थाचं बोकीलचंच घड्याळ होतं ते. सुरेंद्रला मी माझी सकाळची हकीकत सांगितली. नंतर रात्रीच्या कार्यक्रमाचं नक्की करून मी घरी आलो.
सौ.नं दार उघडलं. आत बघतो तो ही गर्दी जमलेली, शेजारपाजारच्या सगळ्या

बायका आमच्या खोलीत जमल्या होत्या. पलंगावर डोक्याला बँडेज बांधलेली माझी मुलगी शुभा झोपली होती!

सौ.नं. एका दमात मला सगळी हकीकत सांगितली. बोकीलच्या चांगल्या स्वभावाचं वर्णन ती पुन्हा पुन्हा करत होती!

दुसऱ्या दिवशी बोकीलला कोर्टात केव्हा एकदा पाहीन असं मला झालं होतं. मी कोण, ती मुलगी कुणाची हे त्याला सगळं समजलं असणारच. त्याला माझ्या सहीची गरज असणारच, तेव्हा तो भेटायला आल्याशिवाय राहणार नाही, ह्याची मला खात्री होती. मी जरा लवकरच घरून निघलो.

कोर्टात येऊन एक तास झाला तरी बोकीलचा पत्ता नव्हता! तासाचा दीड तास झाला, दोन झाले, अडीच–तीन तास झाले. पोटात कावळे कोकलायला लागल्यावर मी कंटाळून खोलीच्या बाहेर आलो. समोर पाहतो तो व्हरांड्यात बोकील उभा!

मी धावतच त्याच्याकडे गेलो आणि म्हटलं,

'तुमचे माझ्यावर अनंत उपकार झाले. माझी मुलगी– नव्हे– माझा प्राणच काल तुम्ही वाचवलात. माझ्याजवळ आभार मानावयाला शब्द नाहीत. चला आत. तुम्हाला सही हवी ना?'

निर्विकारपणे तो म्हणाला, 'मी सही घेतली मेहतांची. म्हटलं, पैसे देऊन घ्यायची ती चांगल्या वीस रुपयेवाल्याची घ्यावी. एका मित्रानं पैशाची व्यवस्था केली. तेव्हा म्हटलं, कुणापाशी दयेची याचना करायला नको!'

मी अक्षरश: गोठून गेलो!

'— आणि, अरे हो, हा घ्या कालच्या त्या मोटारवाल्याचा नंबर.' त्यानं माझ्या हातात कागदाची घडी ठेवली. मी त्याच्या हाताकडे पाहिलं. त्याच्या हाताला घड्याळ नव्हतं!

✧

आश्चर्याचा दिवस

कोणताही आडपडदा न ठेवता सुरुवातीलाच सांगून टाकणार आहे की पोरगी फक्कड होती.

आता फक्कड पोरीविषयी लिहायचं म्हणजे केवळ एवढ्यावर थांबून भागणार नाही ह्याची या रसिक मनाला जाणीव आहे. आलाच! आलाच! बाकीचा तपशील ओघानं आलाच! — प्रथम कशी दिसली, कुठं दिसली, केव्हा दिसली...

पण जरा सबूर! सहसा मी स्त्रियांविषयी लिहीत नाही; पण एकदा लिहायचं ठरवलंच तर हातचं काही राखूनही लिहीत नाही. सगळं सांगतो. फक्त जरा सबूरीनं घ्या. एखाद्या सुंदर मुलीचा पाठलाग करताना आपण जेवढी सावधगिरी बाळगतो तेवढ्याच सावधानतेनं मला लिहू दे!

पुण्याहून सकाळी साडेसहा वाजता निघणारी 'जनता' ही गाडी मुंबईला दहाच्या आत पोचते एवढाच तिचा घेण्यासारखा गुण! बाकी त्या गाडीत काही नाही! ह्या डब्यातून त्या डब्यात जाण्याची सोय नाही, रेस्टॉरन्टकार नाही, आणि सर्वांत चिडीची बाब कोणती असेल तर ही गाडी सकाळी फार लौकर उठायला लावते. ह्या गोष्टीची मला फार चीड येते.

परंतु मला स्वत:ला नंतरची गाडी आवडत नाही. म्हणून मी त्या दिवशी चरफडत उठलो आणि पहिली तीन नंबरची बस पकडण्यासाठी डेक्कन जिमखाना बस–स्टॉपवर येऊन उभा राहिलो, आणि तिथंच— तिथंच मला ती मनमोहिनी दिसली! पापणीवर रेंगाळणारी झोप कुठल्या कुठं पळाली. सगळं जग नवीन दिसू लागलं. सुंदर दिसू लागलं. डेक्कन टॉकीजवर लावलेल्या बेकार पोस्टर्सवरही मोहक रंग चमकल्यासारखं वाटू लागलं. समोर उभ्या असलेल्या एका थर्डक्लास टांग्यामध्ये डुलक्या घेणारा टांगेवाला पण एकाएकी आवडू लागला. वर्तमानपत्रं

विकणाऱ्या मुलाचा एरवी कर्कश वाटणारा आवाजही आज मुकेशसारखा वाटू लागला! आणखीन् ... खूप काही काही वाटलं.

झपाझप पावलं टाकीत मी रांगेत तिच्या शेजारी जागा पटकावली. दिवसाची सुरुवात तर चांगली झाली होती! आता दुसरा विचार; ही शुभांगी आपल्याला सोबत कुठवर करणार? मॉडर्न हायस्कूलपर्यंत का ऑब्झर्व्हेटरीपर्यंत? आणि थेट मुंबईपर्यंत आली तर? तर... तर...? 'तेचि पुरुष भाग्याचे.' एक कॉलेजकुमार सायकलवरून जाताना मला ऐकू येईल एवढ्या बेतानं हा चरण गुणगुणत गेला. रसिकता आणि पुणेकर. दोघांपैकी कुणाचा जन्म अगोदर झाला? रसिकतेचा की पुणेकराचा? कुणाचा का होईना! ती मनमोहिनी माझ्याकडे पाहून अस्फुट हसली एवढंच खरं!

बस कधी नवत वेळेवर आली. तीही साधारण भरलेली. आज सोमवार नव्हता. नाहीतर भलतीच गर्दी असते— अगदी ह्या पहिल्या बसलासुद्धा. मनात विचार आला, की आपण ह्या मुलीच्या पुढं असायला हवं होतं म्हणजे बसमध्ये कुणाच्या शेजारी बसावं ह्याचा 'चॉइस' तिला राहिला असता. आता ती अगोदर बसमध्ये शिरल्यानं, इच्छा झाली तरी आणि तिच्या शेजारची जागा रिकामी असली तरी लोकलज्जेस्तव मला तिथं बसता आलं नसतं! आणि तसंच झालं! तिच्या शेजारची जागा रिकामी असूनही ती तशीच सोडून मला एका कळकट सरदारजीशेजारी आसन ठोकावं लागलं.

पण आजचा दिवसच निराळा! एखादा दिवस, रेंगाळत शाळेला जाणाऱ्या मठ्ठ मुलांप्रमाणे हळूहळू मावळतो; एखादा दिवस 'सगळा व्याप मिथ्या आहे' असे विचार निर्माण करणारा उगवतो, तर एखादा दिवस केवळ एकामागून एक आश्चर्य घडविणारा उगवतो. आजचा दिवस ह्या शेवटल्या प्रकारातला होता. पुढच्याच स्टॉपवर माझ्या शेजारचा सरदारजी उठून गेला आणि ती मोहिनी माझ्याजवळ येऊन बसली.

'यावं, यावं, तृषितचातकमेघमाले!' मी म्हणालो— अर्थात् मनात. तितक्यात का कुणास ठाऊक, माझी नजर समोरच्या पाटीकडे गेली.

'खिसेकापूपासून सावध रहा!'

कंडक्टरला पैसे देता देता मी विचारलं, 'खिसेकापूची जागा कोणती हो?'

तोही बेटा रंगेल होता. मिशीतल्या मिशीत हसत आणि त्या मुलीकडे नजर टाकीत तो म्हणाला,

'गैरसावध माणसाच्या शेजारची.'

ऑब्झर्व्हेटरी गेली, शिवाजीनगरचा स्टॉप गेला, कोर्ट, संगमब्रिज सगळं सगळं मागं पडलं आणि कंडक्टरनं 'स्टेशन' असा पुकारा करताच माझ्याआधी ती उठून

उभी राहिली.

रेल्वे तिकिटासाठी आम्ही पुन्हा एका रांगेत शेजारी शेजारी उभे राहिलो. तिची उंची चांगली होती. ती माझ्या खांद्यापर्यंत लागत होती. तिला सौंदर्य आणि शरीरसौष्ठत्व बहाल करण्यात विधात्यानं कुठंही आखडता हात घेतला नव्हता. अगदी तिळमात्र उणीव ठेवली नव्हती! 'भावबंधन' मधल्या 'लतिके'ला सगळं सौंदर्य बहाल करून झाल्यावर अखेर पूर्णविराम म्हणून जाता जाता परमेश्वरानं तिच्या गालावर एक तीळही ठेवून दिला होता तसाच हिच्या पण!

स्टेशनपर्यंतचा आमचा एवढा प्रवास जोडीनं झाला. आता काय वाटेल ते करून एकाच डब्यात एकाच बाकावर जागा मिळवणं अवश्य होतं. मी ठरवलं, आता ह्या वेळेला मात्र आपण तिलाच पुढं पाठवायचं. तिनं खास बायकांचा डबा निवडला तर सगळंच गाडं फिसकटणार होतं! पण आजचा दिवस आश्चर्य घडवणाराच होता. बायकांचा डबा सोडून ती पुढं गेली आणि माझा जीव भांड्यात पडला— नव्हे पुरुषांच्या डब्यात शिरला!

तिच्या पाठोपाठ मी डब्यात शिरलो. तिच्याच शेजारच्या जागेवर बॅग ठेवताना, 'मी काही फार मनापासून तुमच्या शेजारी बसतो आहे असं नाही' असा भाव चेहऱ्यावर दाखवायला मी अर्थातच विसरलो नाही.

इथवर तर मजल गाठली. आता बोलणं कसं काढायचं? तोच माझी नजर समोरच्या बुकस्टॉलवर गेली. फडणिसांनी काढलेल्या विनोदी मुखपृष्ठामुळं 'मोहिनी' चा अंक उठून दिसत होता. एरवी सहसा मी मुद्दाम विकत घेऊन काही वाचीत नाही. पण सांगितलं ना, आजचा दिवस निराळा होता म्हणून? तातडीनं मी खाली उतरलो, अंक घेऊन डब्यात शिरलो. फडक्यांच्या कादंबरीतल्या नायकाचा मला नेहमी हेवा वाटतो— त्याला हमखास तरुणी भेटणार म्हणजे भेटणार! त्यात कधी वांधा नाही— काही नाही! ती मग ओठाचा चंबू करून बोलणार, आणि मग पुढं काश्मीर काय, मद्य काय— अगदी सगळं! कश्शात उणीव नाही! पण आज तो नायक मीच होतो. आता मला नायकाला साजेशा सगळ्या गोष्टी केल्याच पाहिजेत. स्पोर्टस् वर बोललं पाहिजे. राजकारणावर घसा कोरडा केला पाहिजे. वाङ्मयाची गोडी दाखवली पाहिजे,— थोडक्यात म्हणजे असं काही केलं पाहिजे— की कपाळावरची शीर तट्ट फुगली पाहिजे! अगदी फडक्यांच्या नायकाप्रमाणे त्या मुलीच्या ओठाचा चंबू झाला पाहिजे!...

अंक काखोटीला मारून मी फक्त डब्यात चढतो न चढतो, तोंच कानावर हाक आली. मी वळून पाहिलं मन्या तोंडवलकर तोंड भरून मला हाक मारीत होता. दांडी मारून सिनेमाला निघालेल्या क्लार्कला हेडक्लार्क भेटावा, नको तेव्हा

नेमका समोरून सावकार यावा, त्याप्रमाणे आगंतुकपणे मन्या उपटला होता.
'चल, चल लेका! ह्या डब्यात काय बसतोस? मी माझी जागा रिझर्व केली आहे, चल तुझीपण व्यवस्था करतो तिथं.'
माझ्या पकडलेल्या सीटवर बॅग ठेवून तिच्यावर 'मोहिनी' चा अंक टाकून मी मुकाट्यानं खाली उतरलो. माझी अशी अवस्था का झाली, मी शेळीसारखा मुकाट बाहेर का पडलो, हे समजण्यासाठी मन्या हा ग्रंथ समजणं आवश्यक आहे. सायकलला दिवा न लावता एक इन्स्पेक्टर चालला होता; पोलिस इन्स्पेक्टर हाही एक नागरिकच ह्या मुद्यावर ज्यानं त्या इन्स्पेक्टरला सायकलवरून खाली उतरायला लावलं तो आमचा मन्याच! कॉलेजमध्ये असता एका विद्यार्थिनीची आणि मन्याची टक्कर झाली. तिनं त्याच्यावर विनयभंगाचा आरोप केला. प्रकरण वरपर्यंत गेलं. तिथं आपल्या अफाट वक्तृत्वानं आणि युक्तिवादानं आपलाच कसा विनयभंग झाला हे मन्यानं सिद्ध केलं होतं! पुरुषाचाही विनयभंग होऊ शकतो, हा विषय त्या वेळी साऱ्या कॉलेजभर झाला होता. अशा आणखी खूप आठवणी आहेत! असा हा मन्या! 'तू बोका— लोण्याचा गोळा सोडून कसला येतोयस् माझ्या डब्यात?' असा त्यानं माझ्यावर बेलाशक आरोप केला असता. प्रथम मला वाटलं, फार तर गाडी सुटेपर्यंत मन्या मला बसवून घेईल, म्हणून गाडी हालायची वेळ झाली तशी मी उठलो. पण लगेच माझा हात पकडून मन्यानं मला पुन्हा खाली बसवलं.
'अरे, पण माझी बॅग, 'मोहिनी' चा अंक सगळं तिथं पडलंय ना?'
'तुला भीती खरोखरच आपल्या सामानाची वाटतेय, का त्या मुलीची वाटतेय? बच्चमजी! हम सब समझ सकता है! माझ्या शेजारच्या जागेवर अजून 'तसं' कुणी आलेलं नाही! बैठो यार यहाँ!'
मला तिथून हालणं अशक्य झालं. मन्याला सोडून मी गेलो असतो तर त्याचा उल्लेख तो जन्मभर करीत राहिला असता, चार लोकांत माझं 'न जमलेलं गणित' त्यानं तिखटमीठ लावून सांगितलं असतं. हा सगळा विचार करून मनाविरुद्ध मी तिथंच बसलो. मन्याच्या गप्पात इंटरेस्ट नसताना त्यात गुंगल्यासारखं दाखवू लागलो. त्याच्या फुसक्या विनोदावर सात मजली हसू लागलो— थोडक्यात म्हणजे माझी चुळबूळ त्याच्या लक्षात येणार नाही अशा बेतानं मी त्याच्याशी बोलत होतो. पण विचार 'तिचा' करीत होतो.
त्या लांडग्याच्या हातून माझी सुटका कर्जतला झाली. वड्याचाही मोह न धरता मी अगोदरच्या डब्याकडे धाव ठोकली. आज गाडीला गर्दी नव्हती म्हणून बरं. डब्यात तुरळकच माणसं होती. ती शुभांगी माझ्या बॅगेला एखाद्या सम्राज्ञीप्रमाणे टेकून बसली होती आणि तिच्या हातात 'मोहिनी' चा अंक होता. रोमिओप्रमाणं

मला म्हणावसं वाटलं,
'ओ, इफ् आय् वुड हॅव बीन दि मॅगझिन!'
त्या मासिकाचा थोडा हेवा वाटला मला. खरंच मीच ते मासिक असतो तर...
हरकत नाही! तिनं अंक वाचायला घेतला; रुपया सार्थकी लागला. आता अंक परत मागायच्या निमित्तानं ओळख... अंकातल्या कथेवर चर्चा... आजकालच्या साहित्यावर माझं आवेशपूर्ण भाषण... कपाळावरची उभी शीर... ओठाचा चंबू!
कल्याण येईपर्यंत ती वाचतच होती. पण त्याची आता मला पर्वा नव्हती. चर्चा कदाचित नाही करायला मिळणार; पण नाव, पत्ता तर हक्कानं विचारता येईल.
कल्याण मागं पडलं. आता दम निघणं कठीण होतं. शेवटी मनाचा हिय्या करून फडक्यांचे सगळे नायक आठवून मी तिला म्हणालो—
'अंक देता का जरा?'
'अय्या! आता तुम्ही काय वाचणार?' सुरुवातीलाच आमच्या नायिकेनं चंबू करून विचारलं.
'नाही— म्हटलं— ' मी घुटमळलो.
'आता व्ही. टी. येईपर्यंत तुमची एकसुद्धा गोष्ट वाचून होणार नाही.' ती म्हणाली.
'हरकत नाही. मी अंक घरी नेऊन वाचीन.' मी म्हणालो.
'अय्या! म्हणजे माझा अंक तुम्ही घरी नेणार वाचायला?'
मी सर्दच झालो! काय बोलावं तेच मला कळेना. तिनं असा काही अनपेक्षित पवित्रा घेतला होता, त्यावर माझ्याकडे उत्तर नव्हतं. डब्यातील बाकीची माणसं माझ्याकडे विचित्रपणं पाहू लागली. हातातला 'बम्बई–समाचार'चा अंक मिटून एक घेलाशेट माझ्याकडे रोखून पाहू लागला. माझ्याच वयाचा एक 'रोमिओ' तिच्याकडे पाहून तिला नजरेनं सांगत होता. 'घाबरू नका. मी आहे. पाहू हा काय करतो ते!' एक मराठ्याची बाई पण उगीचच तोंडाला पदर लावून हसू लागली, आणि तिचा नवरा तोंडातली विडी पेटवायची सोडून काही 'गम्मत' बघायला मिळते का पाहू लागला.
कोरड्या पडलेल्या ओठावरून जीभ फिरवीत मी त्या तन्वंगीला कसाबसा म्हणालो, 'बाई, गैरसमज होतोय् आपला काही तरी. तो अंक माझा आहे!'
'काय बाई चमत्कार तरी! एखाद्या दिवशी आश्चर्यच घडतात! बाई बाई बाई! गळ्यात पडण्याचे प्रकार मी आजपर्यंत फक्त ऐकले आणि वाचले होते; पण आज प्रत्यक्ष अनुभव आला! मिस्टर, तुमचा अंक तुम्ही बरोबर नेलात. हा अंक माझा आहे, विचारा कुणालाही!'
कुणालाही विचारा म्हटल्यावर डब्यातल्या प्रत्येकाला आपल्यावरच्या नैतिक जबाबदारीची आठवण झाली.

घेलाशेट म्हणाले, 'आ बेन बराबर कहे छे.' रोमिओ म्हणाला, 'अफ कोर्स!' आणि ती मराठ्याची बाई मला काहीच न म्हणता आपल्या कारभाऱ्याला म्हणाली, 'आत्ता ग बया! ह्यो बाप्या येगळाच दिसत्योय!'

त्या खुबसुरत पोरीची जात आता मला समजली होती. डब्यातल्या बाकीच्या उतारूंचे एकेक पवित्रे पाहून एक रुपयाच्या अंकासाठी वाद वाढवणं आणि पराजय पत्करणं ठीक नव्हतं. मी गुपचूप बसून राहिलो. एखाद्या सुंदर कुपीमध्ये अत्तराऐवजी जहर निघावं ह्याचं मी आश्चर्य करीत होतो. एकदम मला बसमधला संवाद आठवला,

'खिसेकापूची जागा कोणती हो?'

'गैरसावध माणसाच्या शेजारची!'

— तिला हा टोला समजला असेल का? कंडक्टरनं तिच्याकडे हळूच पाहिल्याचं तिला कळलं असेल का? त्याचा ती सूड तर घेत नसेल? छे! स्त्री हा ग्रंथ एकंदरीत अनाकलनीयच.

गाडी राइट टाइम होती. ऑफिस साडेदहाचं होतं. आणि मी ऑफिसच्याच कामानिमित्त गावाला गेलेलो असल्यामुळे साडेअकरापर्यंत ऑफिसात पोहोचलो असतो तरी चाललं असतं. पटकन् एक विचार मनात आला, आपण या मुलीचा पाठलाग करावा; ती कुठं जाते आहे ते शोधून काढावं. तिच्याजवळ हातातल्या पर्सशिवाय दुसरं काही नव्हतं. माझ्याजवळ फक्त बॅग होती. ऑफिसला उशीर झाला तरी चालणार होतं. पाठलाग करून तिचं राहायचं ठिकाण शोधून काढायला काहीच हरकत नव्हती. तसा त्याचा काही उपयोग नव्हता; पण म्हटलं, पाहावं तरी अशी जात कुठं राहते!

बोरीबंदर आलं. मी तिला आधी उतरू दिलं. पाठोपाठ मी खाली उतरलो आणि तिला कळणार नाही, अशा बेतानं तिच्या मागोमाग चालू लागलो.

पाहतो तो तिकिटचेकरला तिकीट देऊन ती सरळ बुकस्टॉलकडे गेली आणि तिनं तो 'मोहिनी'चा अंक तिथल्या सेल्समनला गळ घालून बारा आण्यांना विकून टाकला! झप् झप् पावलं टाकीत मी पण बुकस्टॉलजवळ पोचलो. मिळालेले पैसे बरोबर आहेत की नाहीत हे पाहात ती तिथंच उभी होती. तिला ऐकू जावं म्हणून मी मुद्दाम मोठ्यांदा सेल्समनला म्हणालो,

'एक 'मोहिनी'चा अंक द्या हो.'

तिनं माझ्याकडे बघताच काहीशा ताठ्यानं मी अंक नीट धरला आणि बाहेर जाऊन आडोशाला उभा राहिलो. माझ्या मागूनच ती मला न बघता पुढे गेली. आणि 'कॅपिटॉल' थिएटरशेजारच्या हॉटेलात शिरली. पाठोपाठ चहा पिण्याच्या निमित्तानं मी पण त्याच हॉटेलात शिरलो. तिनं मला पाहिलं असावं, पण त्याची

आता मला पर्वा नव्हती. तिनं काही पदार्थ खायला मागवले. मी फक्तचहाची ऑर्डर दिली. पण मी चहा अशा बेतानं पीत होतो, की तिचं खाणं संपताच माझा चहाही संपावा.

अंकाच्या किंमतीएवढं खाऊन झाल्यावर ती उठली. काउंटरवर बारा आणे टाकून बाहेर पडली. मीही चहाचे पैसे देऊन रस्त्यावर आलो. आता मात्र मी तिच्याच मागे आहे हे तिला कळणं इष्ट नव्हतं. 'डी' रूटच्या बसस्टॉपपाशी आम्ही पोचतो न पोचतो, तोच ती थबकली. तिला कुणीतरी हाक मारली होती,

'कोण, शके? तू इथं कशी?' माझ्याच वयाचा एक तरुण तिला विचारीत होता.

'अशीच.' ती उत्तरली.

मी जरा बाजूला उभा राहून त्यांचं संभाषण ऐकू लागलो—

'पण मध्येच? केव्हा आलीस?' त्यानं विचारलं.

'आत्ताच गाडीतून उतरले!'

'मग सामान कुठे आहे?–'

'काही आणलेलंच नाही सामान. संध्याकाळीच परतणार आहे.' ती उत्तरली.

'सहजच आलीस?'

'एका ठिकाणी व्हेकन्सी आहे म्हणून समजलं, म्हणून आले!'

'मला सांग, असं सांगणं म्हणजे तुझे प्रॉस्पेक्ट्स कमी करण्यासारखं आहे. पण जाहिरात काही वाचनात आली नाही.' तो तरुण म्हणाला.

'जाहिरात नाहीच आलेली. मला आपल्या देशपांडेकाकांकडून समजलं. त्या ऑफिसरची आणि त्यांची चांगली मैत्री आहे.'

'म्हणजे तुला जागा मिळाल्यासारखीच आहे तर!'

— ह्यावर ती गप्पच राहिली.

'घरची हालहवाल?' त्यानं विचारलं.

'हाल आहेत. हवाला कोणावर ठेवायचा ह्याचा अजून पत्ता लागलेला नाही!' ती उत्तरली.

'म्हणजे?'

'म्हणजे काय? आहे त्या परिस्थितीत काहीच फरक नाही! बाबांचं पिणं–खेळणं चालूच आहे. आईचा आजार–सुधारून वाढवलेली आवृत्तीच म्हणा ना! तिची आशा धरण्यात आता काही अर्थ नाही.'

'आणि केशव?'

'म्हणजे? तुला समजलं नाही का? केशव सहा महिन्यापूर्वीच वारला!'

'गेल्या वर्षांत तुमच्याकडची हालहवाल कळलीच नाही. वर्षभर मीही पायपीट करतोय. अजून काही जमल नाही नोकरीचं. बरं, आता काय करणार आहेस?

जेवणखाण वगैरे?' त्यानं विचारलं.
'काही विचारू नकोस. सांगायला शरम वाटते बघ. भाड्यापुरते पैसे जेमतेम इकडून तिकडून जमवले, आणि केवळ बारा आण्यासाठी एक वेळच्या जेवण्यासाठी मी एका माणसाचा मासिकाचा ताजा अंक पळवला गाडीत, तो विकला आणि तेवढ्याच पैशाचं खाऊन घेतलं. आयुष्यात हे पहिलं वाईट कर्म...'
जास्त थांबण्यात अर्थ नव्हता. ह्या पलीकडचं ऐकायची इच्छा नव्हती. मी सरळ ऑफिसचा रस्ता धरला.
ऑफिसात पोहाचलो आणि कामाचा रिपोर्ट दिला. कामात लक्ष लागत नव्हतं. सुमारे तासाभरानं साहेबांकडून बोलावणं आलं. साहेबांच्या केबिनजवळ पोचतो तोच आतून कानावर संवाद आला,
'तुमचं सगळं मान्य आहे. देशपांड्यांजवळ मी सहज बोललो होतो. पण तेवढ्याच कारणास्तव तुम्हांला नोकरी देणं कसं शक्य आहे? पहिल्याच वर्षाला कॉलेज सोडलं म्हणता; पण तेवढ्यावर मला काही करता येणं अशक्य आहे. साहेब म्हणत होते.
'मी कबूल करते. पण मला फार निकड आहे हो!'
'मी कुठं नाही म्हणतो? पण एखादं कॅरेक्टर सर्टिफिकेट तरी आणायचंत...'
— मी दरवाज्याला धक्का देऊन एकदम आत गेलो आणि मागचा पुढचा विचार न करता म्हणालो,
'कोण शके? तू इथं कशी?'
'वा! तुमची नि यांची ओळख आहे वाटतं?' साहेबांनी मला विचारलं.
'साधीसुधी नाही. मॅट्रिकपर्यंत आम्ही बरोबर शिकलो. पहिला नंबर ह्यांनी शेवटपर्यंत सोडला नाही शाळेत असताना!' मी ठोकून दिलं.
'वा मग तुमचं काम झालं!' साहेब तिला म्हणाले, 'निराळं सर्टिफिकीट नको.' नंतर माझ्याकडे वळून त्यांनी म्हटलं, '–ह्यांना शर्माचा टाइपरायटर द्या आणि कामाची माहिती द्या.'
केबिनमधून बाहेर पडल्यावर मी तिला विचारलं, 'टायपिंग येतं?'
तिनं खालच्या मानेनं होकार दिला. तिच्या हातात कागद देत आणि टाईपरायटरकडे निर्देश करीत मी म्हणालो, 'काहीही मजकूर टाईप करून दाखवा.'
तिनं पटकन टाइपरायटरमध्ये कागद अडकवला आणि तिची बोटं झरझर 'की–बोर्ड' वरून फिरू लागली. मी पाहू लागलो. तिनं झरझर टाइप केलं होतं, 'Beware of pick-pockets.'

मला एकदम हसू आलं. तीही हसू लागली. मी हस्तांदोलनासाठी हात पुढे केला. तिनंही तो आपल्या हातात घेतला. आणि—

— पण आता मी सांगणार नाही! कॉन्फिडन्समध्ये किती घ्यायचं, ह्यालाही काही मर्यादा आहेत की नाही?

बाकी एखादा दिवसच आश्चर्य घडविणारा!

स्प्रिंग

अप्पा!

अप्पा सोनटक्के!

मला न समजलेला माणूस.

दोन भाऊ शेजारी अन् गाठ नाही संसारी अशीच अवस्था झाली होती!

— सांगतोच सारं!

ऑफिसची वेळ. लोकलला ही गर्दी!— गंगेच्या महापुरासारखी. अंगाचा द्रोण करून मीसुद्धा त्यात होतो. स्वत:चं अस्तित्वच मी जवळजवळ विसरलो होतो! पोत्यात बटाटे भरतात ना, तेसुद्धा आत जरा आरामात बसत असतील! बेसुमार गर्दी आणि त्यात मी सर्दीनं पिडलेला! माझं 'सूं सूं' चाललं होतं. माझ्या आजूबाजूचे लोक माझ्यापासून त्यांना सर्दी लागेल या विचारानं माझ्याकडे जराशा 'वरच्याच' नजरेनं पाहात होते. सर्दीच्या त्रासापेक्षा त्यांची ती 'वरची' नजरच मला त्रासदायक वाटत होती. जसं काही 'सूं सूं' करीत ऑफिसला जाण्याची मला हौसच होती. मला उभेसुद्धा राहावत नव्हतं!

अचानक बाकावर बसलेला एक इसम उठला. त्यानं मला बसायला जागा दिली. मला तो कर्णाचाच अवतार वाटू लागला. तुम्ही म्हणाल, 'एवढ्या पदावर एकदम बसवायचं काय कारण?' पण तुम्हीच विचार करा, हल्लीच्या काळात कोण कुणासाठी थांबला आहे? कोण कुणाला विचारतो आहे? जो तो आपल्याच 'ह्याच्यात' असतो हल्ली! त्याग करणारे लोक इतके कमी उरलेत की, मग कुणाचाही त्याग 'कर्णाच्या' तोडीचा वाटू लागतो आणि माझ्या तसल्या परिस्थितीत तर नि:संशय तो मला 'कर्णाचा'च अवतार वाटू लागला. मी बसलो! कदाचित पुढच्याच स्टेशनवर त्याला उतरायचं असेल म्हणून त्यानं मला जागा दिली असावी, असं मला वाटलं. पण दोन स्टेशन गेली, तरी तो

माझ्यासमोर उभाच होता. शांत चेहरा, थोडासा गबाळाच! तसा त्याचा चेहरा अगदीच टाकाऊ वाटत नव्हता. जुन्या घराच्या, जळमटे व कोळिष्टकं वाढलेल्या भिंती कशा वाटतात, तसा तो मला दिसला. दिसायला दीनवाणा! कपडे बेताचेच ठीक! असा तो इसम त्या भरलेल्या गाडीत, कुत्र्यासमोर बसलेल्या मांजराच्या पिल्लाप्रमाणे किंवा वाघाच्या पिंजऱ्यासमोर बांधलेल्या शेळीप्रमाणं दिसत होता. एकच क्षण माझ्या मनात विचार आला, 'हा इथं का उभा आहे? या योनीत जन्माला का आला? ह्याच काय प्रयोजन आहे या धकाधकीत?' आाणि माझी मलाच शरम वाटली. ह्यानंच मला जागा दिली नाही का बसायला! पण का दिली? मी कोण ह्याचा? ह्यानं मला कधी पाहिलं तरी आहे का? छे, ह्याला आपण काहीतरी विचारलंच पाहिजे.

'कोणचं ऑफिस तुमचं?' मी प्रश्न विचारूनसुद्धा टाकला होता. काय चंचलपणा माझा हा!'

— 'म्युनिसिपालिटी!'

'कोणाची बिल्डिंग?'

'मर्कंन्टाईल बँक बिल्डिंग.'

काय गंमत पाहा! हा प्राणी माझ्याच ऑफिसातला! मग मी ह्याला आजपर्यंत एकदासुद्धा पाहू नये अं! मी चोरट्यासारखा झालो. तो माझ्याकडे पाहून हसत होता; मी हळूच त्याच्याकडे पाहिलं.

आणि— आणि मला चीड आली त्याचं हसणं पाहून! कसलं हसणं ते? त्यात काहीच अर्थ नव्हता. जीव नव्हता. रस नव्हता. ओठ जरासे लांब लांब झाले, म्हणून 'तो हसला' असं म्हणायचं इतकंच! मला आठवण जर कशाची झाली असेल तर स्पिरिटच्या बाटलीवरच्या, लाल रंगात काढलेल्या कवटीच्या चित्राची! तसंच ते हसणं मला भेसूर वाटलं. मी शहारलो. पुन्हा त्याच्याकडे पाहायचंच नाही असं ठरवून मी वर्तमानपत्रात तोंड खुपसलं.

चर्चगेट आलं. मी उतरलो. माझ्या मागोमाग तोही उतरला.

'आज थोडा उशीरच झाला नाही?' माझ्याकडे पाहात तो म्हणाला.

'होय, सहसा ही गाडी लेट होत नाही!' काहीतरी बोलायचं म्हणून मी बोललो. तो पुन्हा हसला, आणि त्याला कळणार नाही अशा बेतानं मी मान फिरवली. त्याला न पाहण्यात माझी काहीच चूक नव्हती. कुणाच्या दृष्टीला न येणारा तो प्राणी होता. माझ्या मित्रमंडळींनी पण त्याचा सहज का होईना, पण उल्लेख केला नव्हता. कारण, तो 'उल्लेखनीय' दिसत नव्हताच! माझ्या पाठोपाठ तो येतच होता–दीनवाणा!

सहज कुत्र्याच्या पिल्लाला 'यू यू' करावं व मग त्यानं शेवटपर्यंत पिच्छा

सोडू नये, तशीच माझी अवस्था झाली. का कोणास ठाऊक, तो मनुष्य तिरस्करणीयही वाटत नव्हता व त्याची म्हणावी तितकी कीव पण येत नव्हती.
‘आता पावसाळा आला!’ तो पुन्हा काहीतरी आवाजात बोलला.
‘हो ना! अगदीच कंटाळवाणा मोसम!’ पुन्हा मी काहीतरी उत्तरलो.
‘आपलं नाव?’
मी नाव सांगितलं. ‘आपलं?’
‘मी... माझं नाव अप्पा– अप्पा सोनटक्के!’
पुन्हा तो हसला. स्पिरिटची बाटली पुन्हा नजरेसमोर आली. पुन्हा मी म्हणालो, ‘आमचं ऑफिस आलंच.’ मी लिफ्टसाठी थांबलो. सोनटक्के मात्र जिन्याकडे गेला– लिफ्टसाठी न थांबता! मी त्याला हाक मारली. माझ्याकडे परत वळत तो म्हणाला,
‘माफ करा, मी लिफ्टनं कधी जात नाही. त्या लिफ्टमननं माझा एकदा अपमान केला होता. मला तो मगरूर इसम आवडत नाही, मी तेव्हापासून जिन्यानंच जातो. तीन वर्षं झाली त्या गोष्टीला!’
— आणि तो हळूहळू पायऱ्या चढू लागला.
मी थक्क होऊन त्याच्या पाठमोऱ्या आकृतीकडे पाहातच राहिलो. लिफ्टम्नला मला हाकच मारावी लागली. सहाव्या मजल्यावर पोहोचल्यावर मी जिन्यात जाऊन पाहिलं, अप्पा सोनटक्के जेमतेम चौथ्या मजल्यावर आला होता. मी खाली वाकून पाहात असतानाच माझ्या पाठीवर कोणीतरी थाप मारली, ‘काय रे लेका, खाली काय वाकून पाहतोस?’
‘अप्पा सोनटक्के!’
‘हत्तिच्या, त्या बुद्धूला काय बघायचं आहे त्यात? मॅड लेकाचा! रोजच जिन्यानं येतो!’
माझं मन आतल्या आत जोरानं उसळी मारून म्हणालं, ‘नाही, अप्पा बुद्धू नाही. मॅड तर नाहीच नाही. त्याला अपमान सहन होत नाही. आम्ही पाहा, कोणीही काहीही बोलू दे, मख्खपणे ते हसण्यावारी घालवतो. तो एवढा निग्रही आहे तर! नक्कीच या माणसात काहीतरी निराळं आहे. गबाळेपणाचा त्याच्यावर मुखवटा असला पाहिजे.
अप्पा सोनक्के एव्हाना वरच्या मजल्यावर आला होता.
‘थांबलात माझ्यासाठी?’ त्यानं धापा टाकीत विचारलं.
‘होय.’
‘थँक्स!’
ऑफिस चालू झालं. मी जरा गप्पगप्पच होतो.

'काय वसंतराव, आज कुटुंबानं काय मुगाचे लाडू खायला घातले वाटतं?'

'अरे छे रे, त्याला आज नवीन मित्र भेटालय्, आता तो आपल्याशी बोलायचा नाही.' परस्पर दुसऱ्यानं पहिल्याला उत्तर दिलं.

'होय का? कोण रे, कोण?' – हा हा म्हणता सगळे चहाभाऊ माझ्या टेबलापाशी गोळा झाले.

'अप्पा सोनक्के!'

— हास्याची वारंवार कारंजी उडाली.

'मग आपल्याला चहा पाहिजे!'

— परस्पर माझ्या नावावर चहा सांगितला गेला. चहा आला. मी उठलो. एक कप हातात घेऊन मी अप्पा सोनक्केचं टेबल शोधून काढलं. शक्यतो सहजासहजी नजरेत येणार नाही अशाच जागी त्याचं टेबल होतं. तो काहीतरी लिहीत होता. आणि त्याचं सुबक हस्ताक्षर पाहून तर माझी पुन्हा खात्रीच झाली की, हा दिसतो तसा नाही! खूप निराळा आहे. अप्पानं आभार प्रदर्शित केले. दुसरा दिवस उगवला. आज गाडीत मी सोनक्केला शोधत होतो, पण त्याची गाठ पडली नाही. का कोणास ठाऊक, तो माणूस मला विशेष आवडला नसतानाही त्याची जास्त ओळख करून घ्यावी असा मला मधून मधून मोह होत होता. ऑफिसात पोचताच चहाची ऑर्डर देऊन मी त्याच्या टेबलापाशी गेलो. इकडच्या तिकडच्या गप्पा उकरून काढून मीच मुद्दाम बोलत होतो. चहा आला. आम्ही तो फस्त केला. आणि चहा पिऊन झाल्यावर सोनक्केनं खिशातून एक आणा काढून टेबलावर ठेवला. मी प्रश्नांकित मुद्रेनं पाहताच तो म्हणाला,

'काल तुम्ही दिलेला चहा मी न बोलता घेतला, पण रोज रोज ते जमायचं नाही. मला तुमचा अपमान करायचा आहे असं समजू नका. माझी स्वत:ची काही तत्त्वं आहेत. फार निराळी आहेत. काहीशा मूर्खपणाचीसुद्धा ती असतील. पण मी ती डावलू शकत नाही. मी एक क्षुद्र कीटक असेन, पण गोगलगायसुद्धा मनात येईल तेव्हाच चालू लागते. नाहीतर पाठीवरच्याच शंखात पाय दुमडून बसते. आपण दोघे नुसते मित्रच होऊ या.'

मी चूपचाप परतलो. बहुधा, बाकीच्यांनी हा प्रकार लांबूनच पाहून ओळखला असावा. कारण, त्यांच्या चेहऱ्यावर स्पष्ट भाव दिसत होता...' काय मैत्रीची हौस फिटली ना?'

मी थोडासा माझ्यावरच चिडलो. पण सोनक्के म्हणाला त्यात काय चूक होती, मला कळेना. मी आणखीन माझ्यावर चिडलो. मला त्याच्या खूप जवळ जायचं होतं– एकीकडे तो मला आवडलेला नसताना! मला त्याची तत्त्वं व मतं

समजावून घ्यायची होती– त्याची इच्छा नसताना!– अशी परिस्थिती होती. मला त्यातून मार्ग म्हटल्यास हवा होता, मिळाला नसता तरी चाललं नसतं! सोनक्के नियमितपणे येत होता. रोज न चुकता जिन्यानं येत होता, लिफ्टकडे न बघता! त्याच्या वेषात फरक नव्हता. चेहऱ्यावर मवाळ भाव पण कायम होता. तोच गबाळा चेहरा व तेच गबाळे कपडे! कधी कधी तो आपण होऊन माझ्याशी बोलत बसे. त्यावेळी असं वाटे की, ह्याला खूप खूप कोणाशी तरी बोलायला हवं आहे आणि आता जर हा असाच बोलत राहिला तर हा बोलताना कधीच थांबणार नाही. कधी कधी ह्याच्या उलट परिस्थिती असायची. बळजबरीनं त्याच्या तोंडांतून शब्द ओढून काढावे लागत. मंडईतल्या भाजीवाल्याशी घासाघीस केल्याप्रमाणं! पण गंमतीची गोष्ट अशी की, त्यानं आपण होऊन मारलेल्या गप्पांत त्याच्या स्वत:विषयी चुकूनही उल्लेख आला नाही. मी एकदोनदा त्या विषयाकडे वळण्याचा प्रयत्न केला. तेव्हा त्यानं मला स्पष्ट शब्दात समज दिली. मी तो नाद सोडून दिला. म्हणूनच माझ्या मनात सोनक्केबद्दल कुतूहलही होतं, तिरस्कारही होता!

एक दिवस मजा झाली. माझ्या मुलाच्या वाढदिवशी मी मित्रांना पार्टी द्यायचं ठरवलं. सगळ्यांना आमंत्रण करता करता मी सोनक्केच्या टेबलाशी येऊन थबकलो. ह्यालाही आमंत्रण करावं असा विचार करीत मी उभा राहिलो. पण एकाएकी माझ्या नजरेसमोर त्या पहिल्या दिवशीचं लोकलमधलं हास्य, यावर मला आठवलेली स्पिरिटची बाटली ह्या दोन गोष्टी उभ्या राहिल्या. मी तेथून काढता पाय घेतला.

पार्टी उत्तम झाली, पण माझं मन ठिकाणावर नव्हतं. सोनक्केच्या टेबलाजवळ मी थबकलो– तसाच पुढे सटकलो, ह्या दोन गोष्टी मी विसरू शकलो नव्हतो. त्यामुळं मी सर्वांइतकी पार्टी 'एंजॉय' करू शकलो नाही.

दुसऱ्या दिवशी मी चोरट्या मनानंच ऑफिसात प्रवेश केला. सोनक्केला आमंत्रण न केल्यामुहं भीतभीतच मी त्याच्या टेबलाकडे पाहिलं. खुर्ची रिकामी होती. चुकूनही गैरहजर न राहणारा अप्पा त्या दिवशी आला नव्हता. माझ्या मनात एकदम एक विचार आला की, आता तो ऑफिसला येऊच नये.

आणि दुसरे दिवशी चमत्कार झाला— 'न भूतो न भविष्यति!' एम्.एस्. एम्.च्या गाडीनं वेळेवर स्टेशनात येणं, अगदी हवी तेव्हा बस मिळणं, किंवा बायकांनी मौनव्रत पाळणं अशा धक्क्यापैकीच तो एक धक्का होता. मी एकटाच नव्हे, तर आमच्या ऑफिसातल्या 'बॉस' पासून 'बॉय' पर्यंत सर्वजण हादरले. वर जाण्यासाठी मी लिफ्टसाठी थांबलो. माझ्या मागोमाग एक व्यक्ती लिफ्टमध्ये माझ्याबरोबर शिरली. तिनं लिफ्टमनच्या हातात रुपयाची नोट

‘टिप्’ म्हणून ठेवली. आम्ही दोघांनी चमकून वर पाहिलं.

अप्पा सोनक्के!!!

‘हॅलो, मिस्टर काळे, हाऊ डू यू डू?’

— मला उत्तर द्यायचं पण भान उरलं नाही. मुद्दाम लग्नात शिवावा तसा भारीपैकी सूट, चेहरा दिसेल इतके चकचकीत बूट, अत्तराच्या वासाचा घमघमाट, हातात ‘कॅपस्टन’चा टिन अशा वेषात अप्पा सोनक्के माझ्यासमोर उभा होता. हळूच हसत होता.

— मला स्पिरिटची बाटली आठवली नाही.

ऑफिस चालू झाल्यावर अर्ध्याच तासानं सगळ्यांच्या टेबलावर चहा ठेवला.

‘काय रे तुला ऑर्डर कोणी दिली?’

पुढच्या टेबलावर चहा ठेवत भट म्हणाला,

‘सोनक्केसाहेबांनी.’

तोच खाड्खाड् बूट वाजवत अप्पा आला. सगळ्यांच्या पुढं टिन धरीत तो माझ्या शेजारी येऊन बसला. हातातलं पुडकं माझ्यासमोर ठेवीत तो म्हणाला,

‘तुमच्या छोकऱ्याच्या वाढदिवसानिमित्त! कसा काय झाला समारंभ?’

‘छान झाला.’ मी घुटमळत पुढे म्हणालो, ‘तुम्हाला... मी...’

‘नाही, बोलावलं नाहीत तेच छान केलंत. माझ्या टेबलापाशी तुम्ही घुटमळलात ते मी पाहिलं. तुम्हाला दर्शवलं नाही. मी आलोच नसतो. मी कोणत्याही समारंभाला हजर राहात नाही... रहात नव्हतो, असं म्हणा हवं तर, पण आता कोणताही समारंभ चुकवणार नाही!’ सोनक्के उठून गेला. आम्ही सगळेच त्याच्याकडे भारावलेल्या नजरेनं पाहात होतो. पोशाखानं त्याचा गबाळेपणा कुठच्या कुठं लुप्त झाला होता.

दुपारी मी साहेबांच्या खोलीत गेलो. ह्या खोलीत सोनक्के होताच. मी जाताच साहेब म्हणाले, ‘आजपासून ह्यांचं काम तुम्ही बघ जरा महिनाभर! हे महाबळेश्वरला चालले आहेत. सध्या कामाची गडबड आहे. पण ह्यांची ‘केस’ जरा निराळी आहे. आजपर्यंत ह्यांनी कधी रजाच घेतलेली नाही. तेव्हा ह्यांना मी रजा केव्हाही दिलीच पाहिजे!’

मी ते काम स्वीकारलं. साहेब पुढे म्हणाले, ‘आणि आता जरा त्यांच्याबरोबर हेडऑफिसला जाऊन या.’

‘‘Yes, Thank You Sir!’’

आम्ही दोघे बाहेर पडलो. मी हेडऑफिसच्या बाजूला वळलो. त्यासरशी माझा हात धरून अप्पा म्हणाला,

‘तिकडे कुठं चाललात?’

'हेडऑफिसला!' इमाने इतबारे मी म्हणालो.

'अरे, मार गोली!' बेछूटपणे अप्पा म्हणाला. त्याच वेळी शेजारून जाणाऱ्या टॅक्सीला त्यानं हात केला. आत बसता बसता तो म्हणाला,

'मला माहीत आहे. आडून आडून तुम्ही प्रत्येकाजवळ माझी चौकशी करीत असता. मी कुठं राहतो, घरी कोण कोण आहेत, मी असा का बोलतो, असा का वागतो, वगैरे माहिती तुम्हाला हवी आहे. पण तुम्हाला ती माहिती कुणाकडूनही मिळायची नाही. आज मी तुम्हाला सर्व सांगणार आहे. चलो बोरिवली!'

— अर्थात् शेवटचे दोन शब्द ड्रायव्हरला उद्देशून होते.

आम्ही बोरिवलीपर्यंत टॅक्सीनं गेलो. अगदी टेचात अप्पानं खिशातून पाकीट काढलं. पैसे दिले. आम्ही खोलीत गेलो. आज मला धक्क्यावर धक्के बसत होते. खोलीतील सजावट व्यवस्था पाहून क्षणभर मला संशयच आला की, सोनक्केची ही खोली नसावी. एका भिंतीला एका सुंदर बाईचा फोटो टांगला होता.

'आपल्या मिसेस वाटतं?'

"Yes!"

'कुठं असतात ह्या सध्या?'

'वरती!— आकाशातल्या बापाकडे!'

अगदी सहज उत्तर दिलं त्यानं! विषादाची छटा पण नव्हती मुद्रेवर, त्याच फोटोसमोर एका मुलाचा फोटो होता.

'आपला छोकरा वाटतं हा?'

'होय, माझाच छबकडा तो!'

'तो सध्या...!'

'तोही आपल्या आईला भेटायला गेलाय्! खूप दिवस–दिवसच का, खूप वर्षं जाणार–जाणार म्हणत होता. तो गेला शेवटी! तो गेला शेवटी! तुमच्याकडे पार्टी झाली ना? त्याच दिवशी तो गेला!'

— मी मटकन खाली बसलो! शांतपणे तो माझ्यासमोर बसला. त्याचा आवेश कुठच्या कुठं गेला होता. पालीसमोर विंचवानं नांगीचा डौल टाकावा तसा तो माझ्यासमोर शांतपणे बसला.

'माझं लग्न खूप लवकर, म्हणजे वयाच्या बाविसाव्या वर्षीच झालं. आईबाप लहानपणीच गेलेले! काकांनी वाढवलं, लग्न करून दिलं. ते पण गेले. संसारातदेखील मला सौख्य नसावं. कारण, लग्न झाल्यावर दोनच वर्षांनी बायको वारली. जाताना तिची एक चालतीबोलती आठवण ठेवून गेली. पण हा

मुलगासुद्धा लहानपणापासून पंगू निघाला. परवापरवापर्यंत तो त्याच स्थितीत होता. जगतही नव्हता, मरतही नव्हता! खूप खूप खर्च केला, तो सुधारावा म्हणून! इलाज खुंटले होते सगळे...

'...हा माझा सूट! लग्नाच्या पहिल्या वाढदिवसाचा. बायकोच्या हट्टासाठी शिवला तेव्हा! सोळा वर्षं ट्रंकेत होता. 'ही' गेल्यावर घालावासाच वाटेना, तसाच ठेवून दिला होता! नंतर–नंतर मुलगा बरा होईपर्यंत कसलीच चैन, मौज करायची नाही, असं ठरवलं म्हणून कधी घातला नाही. फक्त एक ध्येय होतं माझं. बायकोची आठवण चांगली सुदृढ करायची! पण त्या माझ्या प्रयत्नाला मानवी प्रयत्नापेक्षा ईश्वरी संकेताचीच जास्त जोड हवी होती हे मला समजलं नव्हतं.

'तीन वर्षांपूर्वी तुमच्या ऑफिसात माझी बदली झाली. नवीन ऑफिसात जरा व्यवस्थित जावं म्हणून मी सूट काढला ट्रंकेतून. आंघोळीला गेलो. बाहेर काही धडपडल्याचा आवाज झालेला ऐकून मी लगबग बाहेर आलो. तो काय! माझ्या मुलानं माझा नेकटाय गळ्याला बांधला होता. बूट घालून पाहण्याची खटपट करीत असतानाच तोल जाऊन पडला होता! मला धक्का बसला. आपला मुलगा आता वयात आलेला आहे, चैनमौज सूटबूट वगैरे कपड्यांची ऐट आपण करावी असं त्याला वाटणं साहजिक आहे वगैरे गोष्टी तेव्हा माझ्या लक्षात आल्या. माझा सूट पुन्हा ट्रंकेत गेला. नेहमीच्या साध्या वेषात मी ऑफिसात आलो.

'तुम्हाला खोटं वाटेल, परवा मुलगा गेला तेव्हा मी जेवढा रडलो नाही, तेवढा तीन वर्षांपूर्वी तो प्रकार घडला तेव्हा रडलो. अर्थात् मुलासमोर रडलो नाही. लोकलमध्ये रडलो. त्याच दिवशी माझा रडून गबाळा झालेला चेहरा– कपडे पाहून लिफ्टमननं माझा अपमान केला. मी जिन्यानं वर येऊ लागलो. लोकांच्या चेष्टेचा विषय झालो.

'त्याच दिवशी संध्याकाळी मी घरी आलो. गड्यानं मला सांगितलं, 'छोटे बाबू जेवले नाहीत!' मी कारण विचारल्यावर तो म्हणाला, 'ते म्हणाले, मला चैन, मौज करता येत नाही, म्हणून बाबा पण चैन करीत नाहीत. माझ्यासाठी ते स्वत:वर बंधनं घालून घेतात. असं म्हणून खूप रडत बसले. जेवले पण नाहीत!'

'माझ्या पश्चात् त्याच्याकडे बघायला मी एक गडी ठेवला होता. जेवण पण तोच बनवीत असे. दोन दिवसांपूर्वीच त्याला मी काढला.'

'माझ्या मुलाला समज फार आली होती. आपला बाप आपल्यामुळं माणसांतून उठला आहे, स्वत:वर बंधनं घालून घेत आहे, हे त्यानं जाणलं होतं. मरणापूर्वी

मला तशी कल्पना पण दिली होती. आपण सुटणार ह्या आनंदापेक्षा आपला बाप सुटणार ह्या समाधानातच तो मेला.

'तुम्ही मला निर्दय म्हणाल. पण काहीही म्हणा! एक सबंध दिवसभर त्याच्या सगळ्या वस्तू बिछान्यावर ठेवून मी त्याच्याकडे पाहात बसलो होतो. आज आता ऑफिसला आलो, तो हा असा!

'कल्पना करा. माझं बाविसाव्या वर्षी लग्न झालं. दोन वर्षांत बायको गेली तेव्हापासून गेल्या चौदापंधरा वर्षांत मी कोणतीच चैन केली नाही. सिनेमासुद्धा पाहिलेला नाही. मानवी जीवनाला आवश्यक असलेलं मनोरंजनाचं दालनच मी बंद करून टाकलं होतं. फक्त मुलाची देखभाल व त्याला वाईट वाटू नये, म्हणून स्वत:वर ताबा. पहिली चार–पाच वर्षं मुलाला एका अनाथाश्रमात ओळखीनं ठेवला होता. पुढं वाटू लागलं, आपलं पिल्लू आपल्याजवळच पाहिजे. तेव्हापासून मी चैन केलेली नाही. आता स्प्रिंग उडाली आहे. आता मी मजा करणार. चला, आज मस्तपैकी जेवण घेऊ बाहेर. एखादा फाकडू सिनेमा पाहू!'

आम्ही खरोखरच एका मोठ्या हॉटेलात जेवलो. जेवताना मी त्याला म्हणालो, 'तुमचं आयुष्य इतकं काही विशेष आहे की, तुम्ही आत्मकथा लिहिलीत तर ती फार लोकप्रिय होईल.'

त्यासरशी गंभीर होऊन तो म्हणाला, 'माझं आयुष्य मीच लिहायला पाहिजे असं नाही. एका थोर, महान व्यक्तीनं ते काम मागंच केलं आहे.'

माझा घास हातातच राहिलेला पाहून तो पुढे गंभीरपणा टाकून एकदम म्हणाला, 'किती एक ते जन्मले आणि मेले!!' जेवण संपल्यावर तो म्हणाला, 'आता सिनेमा.'

मी लगेच चांगल्या चांगल्या सिनेमांची नावं सुचवली. अप्पा म्हणाला, 'बाबा रे, पंधरा वर्षांत सिनेमा न पाहिलेला प्राणी आहे मी! मला उत्तम सिनेमांची नावं कशाला हवीत? थर्डक्लास सिनेमासुद्दा मला आज Metro Goldwyn च्या तोडीचा वाटेल.'

मग आम्ही खरोखरच शिरीन टॉकीजमध्ये 'डाकूकी लडकी' पाहायला गेलो. चित्रपट मला बघवत नव्हता. काहीतरी विशेष पाहात असल्याप्रमाणं अप्पा रंगून गेला होता. एक क्षणतर असा आला की, चित्रपट न बघवून मी जाण्यासाठी उभा राहिलो; पण त्याच क्षणी अप्पानं मला हात धरून खाली बसवलं.

— पंधरा वर्षांतल्या दबलेल्या मनोवृत्तीची ती उचल होती, प्रतिक्रिया होती. 'उठताय् काय राव? बसा, सगळी लाज सोडून, मी आता एक शिट्टी पण ठोकणार आहे!'— आणि खरोखरच दोन्ही हातांची दोन दोन बोटं तोंडात

घालून त्यानं खणखणीत शिट्टी मारली!

— अप्पा सोनक्के!

— मला न समजलेला माणूस!!!

लग्नाचा पहिला वाढदिवस

‘नको तेव्हा भराभर व रिकामे येणारे आणि हवे तेव्हा विरूद्ध बाजूने धावणारे वाहन’ अशा आशयाची बसवर केलेली म्हण कुठेतरी वाचलेली मला आठवली व ती ताबडतोब पटलीसुद्धा! कारण गेला पाऊणतास मी ‘सूर्यस्नान’ करीत लालबागला उभा होतो, आणि बसचा पत्ता नव्हता. दुपारच्या रूक्ष वेळी समोरून धावणाऱ्या लॉरीज् व ट्रॅम्स् मोजण्यापलीकडे मला दुसरा कोणताच उद्योग नव्हता,आणि आम्हाला चिडविण्यासाठी म्हणूनच की काय विरूद्ध बाजूने मात्र भराभर रिकाम्या बसेस जात होत्या! नाही म्हणायला दोन बसेस फाऊन्टनहून आल्या; पण त्या सर्व ‘लिमिटेड’ असल्यामुळे तोऱ्याने नाक खाजवीत न थांबता गेल्या! ह्या सर्व दु:खात सुख इतकेच होते की भर उन्हाचा मी घरातून ज्या कामासाठी बाहेर पडलो होतो ते काम पार पडले होते. कधी नव्हत ते गृहस्थ घरात सापडले होते व त्यांनी कबूल केल्याप्रमाणे उसने घेतलेले पंचवीस रुपये परत केले होते. ते पंचवीस रुपये आज मला पंचवीसशे रुपयांच्या जागी होते. एवढे सांगितल्यावर बस मिळत नसल्याच्या यातना मला कशा सहन होत होत्या ते तुम्हाला कळेल! पंचवीस रुपये वारंवार हाताने चाचपीत मी बसच्या दिशेने पाहात होतो. त्या पंचवीस रुपयांचा विनियोग कसा कसा करायचा याचा विचार मी करीत असतानाच मला विलास दिसला. मला पाहूनच तो रस्ता ओलांडून येत होता.

‘काय रे आता इकडे कुणीकडे!’ माझ्या अगदी जवळ येत तो म्हणाला.

‘त्या जोश्यांकडे गेलो होतो.’

‘वसुलीसाठी का?’

‘अर्थात!’

‘ही कितवी खेप?’

'पंचविसावी!'
'म्हणजे रुपयाला एक खेप पडली म्हणायची?' — आम्ही हसलो.
'काय नोकरीचे काही जमले की नाही?'
'नाही, अजून 'जैसे थे!'
'पण पंधरा दिवसांपूर्वी मला भेटलास तेव्हा म्हणाला होतास की, दोन दिवसांत जमते आहे म्हणून!'
'अरे बाबा जुळत आलेली लग्ने व मिळत आलेली नोकरी ह्यात केव्हा काय बिनसेल ह्याचा नेम नाही. अचानक नविन ग्रह पत्रिकेत उमटतात व माणसाचे ग्रह बदलतात.
'वा, व्वा, अगदी लेखकांप्रमाणे बोलू लागलास की!'
'गेल्या चार महिन्यांतली तपश्चर्या आहे ही. रिकामटेकडी माणसे करण्यासारखे काही उरले नाही म्हणजे साहित्यिकच बनतात! पहिले आठ महिने जीवन खरोखरचे जगलो आणि आता चार महिने जीवन कसे जगावे हेच वाचण्यात घालवीत आहोत.'
'खरंच. बोलबोलता एक वर्ष होणार की तुझ्या लग्नाला आणखी आठ दिवसांनी!'
'होय!'
'लोणावळा – स्कीमचे पुढे काय झाले!'
'गरिबांच्या योजना अशाच हवेत विरघळणार! लग्नाच्या पहिल्या वर्षवाढदिवशी दोन दिवसांत लोणावळयाला खूप मजा करायची म्हणून दोनशे रुपये बाजूला ठेवले होते. नोकरी संशोधनात ती सर्व पुण्याई कामी आली. आता लोणावळा तर राहोच; पण त्या दिवशी मुंबईतल्या मुंबईत तरी मजा करायला मिळेल की नाही ही शंका आहे!'
'अरेरे, वहिनींचा खूप विरस झाला असेल नाही!'
'विरस तर झालाच. पण तशी ती फार समजूतदार आहे. समजूतदार बायको हे मी एक कल्पनाकाव्य समजत होतो; पण माझ्या सौ.च्या बाबतीत ते एक सत्य ठरले आहे. कमीत कमी त्या दिवशी मुंबईतल्या मुंबईत मजा करावी एवढीच तिची इच्छा उरली आहे. पण तीसुद्धा पुरी होणे आता अशक्यच आहे. हा, आता लोकांनी उसने नेलेले पैसे वेळेवर परत केले तरच ती गोष्ट शक्य होईल!'
'उसने नेलेले पैसे वेळेवर परत येणे ही दुसरी काव्यकल्पना!' आम्ही दोघे हसलो.
'पण त्या बाबतीत मी लोकांना दोष देत नाही. तोंडातून नाव निघताच पैशाची मदत करणाऱ्या व आपल्याच हातांनी आपली पंचाईत करून घेणाऱ्या

तुझ्यासारख्या भोळसटांनाच मी दोष देईन.’
ह्यावर मी विलासला काहीतरी उत्तर देणार तोच एक बस आली आणि एक ‘सबंध’ माणूस घेऊन आली तशीच निघून गेली. ह्या मुंबईच्या बसवाल्यांना जर अर्धाच माणूस घेता आला असता तर त्यांनी ‘एक आधा आदमी भेज दो!’ असे सांगायलासुद्धा कमी केले नसते. ह्या विचाराचे मला हसू आले. मी तो विचार विलासला सांगितल्यावर त्यानेही त्याचे स्वागत केले.
‘खरंच विलास, ह्या वेळेस जर एखादा ‘देवमाणूस’ मला प्रसन्न झाला व म्हणला, की’ बेटा ही माझी मोटार घे! बरोबर माझाच ड्रायव्हरपण घे आणि दोन दिवस लोणावळ्याला जाऊन आपला पहिला लग्नाचा वाढदिवस मजेत साजरा कर!’ तर पुढे मी जन्मभर त्याची सेवा करीन, किंवा त्याच्यासाठी मी तो सांगेल तो त्याग करीन. मी स्वत: मौज व ऐषआराम करायच्या मागे नाही; पण मला माझ्या बायकोसाठी वाईट वाटते व तिने समजुतदारपणा दाखवला म्हणजे तर आणखीन वाईट वाटते!’
‘लागलास, लागलास, कविकल्पनेत गुंगायला लागलास. अशा घटना फक्त सिनेमापुरत्याच बरं बाबा!’ विलास खट्याळपणे म्हणाला. मी त्याला काही तरी बोलणार तोच आमच्या रांगेत माझ्याच मागे उभी असलेली एक बाई भोवळ येऊन खाली पडली. मी पटकन खाली वाकलो व विलास पाणी आणायला धावला. त्या बाईच्या डोक्यावर पाणी मारल्यावर ती शुद्धीवर आली. जमलेल्या गर्दीतून वाट काढून आम्ही तिला समोरच्याच हॉटेलात घेऊन गेलो. त्या बाईच्या नकारांना न जुमानता मी पेयाची ऑर्डर दिली. पेय पिता पिता ती संकोचाने म्हणाली,
‘तुम्ही फार तसदी घेतलीत. तुमचे उपकार मी कधीच विसरणार नाही’
‘त्यात उपकार कसले! आम्ही कर्तव्य केले. आभार मानण्याचे काहीच कारण नाही आपण कोठे राहता?’
‘शिवाजी पार्कला!’
‘विलास, आपण आता ह्यांना टॅक्सीनेच सोडू या.’
‘अहो, टॅक्सी वगैरे काय करायचीय? मी आता पूर्ण व्यवस्थित आहे.’
‘होय, पण इतका संकोच करायचे काहीच कारण नाही. मी पण त्याच बाजूला राहणारा आहे. तेव्हा चला. बरोबरच जाऊ!’
विलासने टॅक्सी आणली, त्याचा निरोप घेऊन आम्ही निघालो.
‘आपले नाव मला कळेल काय?’
‘विलासिनी कर्णिक! आपलं?’
‘मी विद्याधर गोखले. रानडे रोडला राहतो.’

‘रानडे रोडला कुठे?’

‘ ‘श्री’ बिल्डिंगमधे तिसऱ्या मजल्यावर!’

‘अगबाईऽऽ!’ ती एकदम किंचाळली.

‘का हो, काय झालं?’ मी बावरून विचारले.

‘माझे पाकिट पाहिलेत का तुम्ही?’

– मी चपापलो. कारण ती बाई पडल्यावर मी आजूबाजूला काही पडले आहे की नाही इकडे लक्षसुद्धा दिले नव्हते. मी गप्प बसलेला पाहून ती एकदम रडायलाच लागाली. तिचे सांत्वन कसे काय करावे हेच मला समजेना. टॅक्सीवाला आरश्यातून निराळ्याच नजरेने पाहात होता.

‘पाकिटात बरीच मोठी रक्कम होती काय?’

थोडीशी शांत होत ती म्हणाली, ‘नाही. पंचवीस रूपये होते! आईच्या मैत्रिणीने नेले होते, ते आणायला मी लालबागला आले होते.’

‘हात्तिच्या, तुमच्या आईची मी खात्री पटवून देईन की, त्यात तुमची काही चूक नव्हती म्हणून!’

‘तुम्ही माझ्या आईंना भेटणार? मग मी जिवंतच राहायला नको!’ ती पुन: जोरजोरात रडू लागली.

– टॅक्सीवाला संशयाने पाहतच होता!

‘तुम्हाला काही कल्पना नाही हो! माझी आई सावत्र आहे. जरा काही बिनसलं की मारहाण करते, उपाशी ठेवते आणि आता तर तिला पर्वणी चालून आली आहे असे वाटेल’–

ती ढोंग करीत नव्हती, कोणत्याही अभिनयसम्राज्ञीला तसला अभिनय जमला नसता. दोनच मिनिटे विचार करून मी म्हणालो,

‘ताई, तुम्ही घाबरू नका. मला तुमचा भाऊ समजा. हे पंचवीस रूपये घ्या! जमतील तेव्हा परत द्या किंवा देऊही नका! पण आता रडू नका.’

– ती एकदम गप्प बसली.

‘माफ करा, दुसऱ्याचे बोलणे ऐकू नये म्हणतात, पण मघाशी बसस्टॉपवर झालेले तुमचे व तुमच्या मित्राचे संभाषण मी ऐकले. तुमच्या लग्नाचा पहिला वाढदिवस आणखी आठ दिवसांनी आहे, तेव्हा तुम्हाला त्याची फार गरज आहे. तुमच्या बायकोलाही वाईट वाटेल फार!’

‘अहो, माझ्या बायकोचा स्वभाव माहिती नाही तुम्हाला. ही सर्व हकीकत ऐकल्यावर लोणावळ्याला न जाता तिला लोणावळ्याला गेल्यासारखे वाटेल. तुम्ही ती काळजीच करू नका. आम्ही पैसे चैनीसाठी खर्च करणार होतो. त्याच्यावाचून आज काही अडलेलं नाही; पण तुम्हाला अडचणीला तोंड

द्यावयाचे आहे. ते मात्र आवश्यक आहे. माझी काळजीच करू नका! अहो, पुरूषस्य भाग्यम्! आठ दिवसांत एखादा नवीन मित्र भेटायचा व माझीही सोय व्हायची!'

'साब, गाडी किधर लेना!'

तोच विलासिनी म्हणली,

'इथेच थांब. मी चालत जाईन इथून! आईने मला टॅक्सीत पाहिले तर कच्चीच भाजून खाईल. तुमचे पैसे परत केल्याशिवाय मी न×ा़ी मरणार नाही. 'श्री' बिल्डिंग,तिसरा मजला ना?'

मी मुद्दाम नाही म्हणालो, पण त्याचाही अर्थ तिने ओळखला.

सौ. दारातच वाट पाहात उभी होती, मला अपेक्षेपेक्षा जास्त उशीर झाला होता. पहिलाच प्रश्न तिने मला विचारला,

'पैसे मिळाले?'

'तुला काय वाटतं?'

'एकदा वाटतं मिळाले असतील, एकदा वाटतं नसतील मिळाले!'

'मग दोन्ही उत्तरं बरोबर आहेत. पैसे मिळाले व लगेच गेले!'

'पुनः कुणाला तरी उसने दिले असतील!'

'बे'

ती काही बोलली नाही. माझा हा स्वभाव तिच्या पूर्ण परिचयाचा झालेला होता व आजवर कित्येकदा त्या स्वभावावर टीकास्त्र सोडूनही झाले होते. तिला थोडासा घुस्साच आलेला होता. पण रात्री जेव्हा मी तिला सर्व हकीकत सांगितली तेव्हा तिचा राग कुठच्या कुठे पळाला, पण मला उगीचच चिडवायचे म्हणून ती एवढे म्हणालीच,

'कसली भोवळ, कसले पैसे आणि कसली सावत्र आई! भोळे सावज पाहून तिने तुम्हाला चक्क बनवलेन्!'

त्या घटनेला बोलता बोलता आठ दिवस होऊन गेले. नोकरी अजून मिळाली नव्हती; वाऱ्या पूर्ववत् चालू होत्या. उसने पैसे परत आले नव्हते. कुणाकडून अचानक मदत मिळण्याचा संभव नव्हता व कुणाकडे मदत मागावी अशी माझी पण इच्छा नव्हती. वाढदिवस उद्यावर येऊन ठेपला होता. खिशात एक आणा नव्हता, घरात धान्याचा दाणा नव्हता!'

'उद्या आपला वाढदिवस ना?'– 'ही' पुनः पुनः विचारत होती.

'होय' जणू काय ह्या प्रश्नोत्तरानेच आम्हाला सहलीचे सौख्य मिळत होते.

संध्याकाळी आम्ही चौपाटीवर गेलो. पोटभर हवा खाल्ली. हवा खाता खाता मी तिला म्हणालों,

‘तू उद्या माहेरी जा. कामधंदा मिळेपर्यंत मी मित्राकडे राहीन.’ पण तिचा अभिमान जाज्वल्य होता.

‘मी माहेरी जाणार नाही. कोणत्याही परिस्थितीत आपण एकत्र राहायचे. मिळेल तुम्हाला नोकरी, देव काही अगदीच झोपलेला नाही.’

रात्री आम्ही नेहमीपेक्षा लवकर झोपलो. जास्त वेळ जागलो असतो तर जास्त भूक लागण्याची पण भीती होतीच!

पहाटे साडेपाच वाजता– म्हणजे दूधवाला यायच्या अगोदरच कुणीतरी आमचे दार ठोठावले. थोडयाशा रागानेच मी दार उघडले. दारात एक अनोळखी माणूस उभा होता.

‘आपणच ना विद्याधर गोखले?’

‘होय!’

‘आपल्याला हे पत्र दिलेले आहे!’

‘या ना आत. बसा!’ मी पत्र घेत म्हणलो. तोपर्यंत ‘हिची’ झोप चाळवून ती पण तिथे आली. आम्ही पत्र वाचावयास सुरुवात केली.

श्रीयुत विद्याधर गोखले यांना,

सुमारे आठ दिवसांपूर्वी आपली लालबागला गााठ पडली, त्या वेळी आपण मला अमोल मदत केलीत. आपल्या मित्राशी बोलताना आपण असे म्हणालात की, ‘जर एखादा देवमाणूस प्रसन्न होऊन म्हणाला, ‘की बेटा, ही माझी मोटार घे व ड्रायव्हर पण घे आणि दोन दिवस लोणावळ्याला जाऊन मजा कर!’ तर त्या माणसाचा मी जन्मभर ऋणी राहीन किंवा आयुष्यात त्याच्यासाठी कोणताही त्याग करीन.

आजपर्यंत आवेशाच्या भरात महान त्यागाच्या गोष्टी बोलणारे मी खूप लोक पाहिले आहेत व मी अशा निरनिराळ्या लोकांची निरनिराळ्या प्रकाराने परीक्षा पण घेतलेली आहे. तुमचे संभाषण मी नीट ऐकत होते. माझ्या मनात विचार आला की, जन्मभर त्याग करण्याची गोष्ट दूरच राहो, पण आता ह्या गृहस्थाला मोठ्या मिनतवारीने जे पंचवीस रूपये मिळाले आहेत त्याचा तरी हा त्याग करू शकतो का हे पाहावे. त्या विचारासरशी मी सगळे नाटक जुळवले व ते पार पाडले!

सांगायला आनंद वाटतो की, खरोखरच तुमच्यात त्याग करण्याची शक्ती आहे. वेळ आली तर तुम्ही त्यापेक्षाही दिव्य त्याग करू शकाल याची मला खात्री आहे.

मी एका लक्षाधीशाची मुलगी आहे. माझ्या वडिलांचा मोठा कारखाना आहे. आजच तुमच्या लग्नाचा पहिला वाढदिवस आहे. मी माझी खास मोटार पाठवली

आहे. ड्रायव्हर पण आहेच. दोन दिवस लोणावळ्याला मजा करा. माझ्या नविन वहिनींना मी आल्यावर भेटेन. लोणावळ्याहून परतल्यावर माझ्या वडिलांना भेटायला या. मी तुमच्याबद्दल त्यांना सांगून ठेवलेले आहे तुमच्या बहिणीची ही परत फेड समजा. कळावे.

तुमची नवीन बहीण

विलासिनी कर्णिक

तेथे पाहिजे जातीचे

सदानंद जोशी तशा लोकांपैकी होता. काही माणसांच्या हसण्यात काही गूढार्थ असतो. त्याचं साधं हसणंदेखील काही निराळ्या छटांचं असतं. जीवनाचा अर्थ, पापपुण्याची संगती, व्यवहारातील ठोकताळे, हे सारं समजल्याप्रमाणं त्यांचं हसणं वाटतं. अशी माणसं बनणार नाहीत, बनवतील चुटकीसरशी. त्यांना त्याचा खेद नसतो. एखाद्या घटनेवर ती फार काळ विचार करत बसणार नाहीत, म्हणूनच ती सुखी असतात.

सदानंद जोशी तशा लोकांपैकी होता.

एकाच ऑफिसात आम्हा दोघांना नोकऱ्या होत्या. म्युनिसिपालटीत आम्ही दोघंही बिल्डिंग इन्स्पेक्टर म्हणून लागलेलो. पण जोशीची कामं उपनगरातून चालायची आणि माझी शहरात. कधीतरी हेडऑफिसला गाठी पडायच्या. वास्तविक सारखाच पगार मिळविणारे आम्ही दोघे. पण आमच्यात फरक जमीनअस्मानाचा. ९-५६ ची लोकल मी आटापिटा करून पकडायचा. त्याच वेळी सदानंद आरामानं वरळीच्या बाजूनं स्कूटरवरून निघालेला असायचा. त्याच्या राहणीवरून, एकंदर रुबाबावरून त्याला इन्स्पेक्टर म्हणायची, कोणाचीही छाती झाली नसती. नवरा-बायको कधी बाहेर पडली तर जहागिरदाराच्या घराण्यातली वाटावीत एवढी झक्पक्!

हे सारे तो कसं काय जमवू शकतो ह्याचं कोडं मला कधी उलगडलं नाही.

त्यालाच त्याचं रहस्य विचारण्याइतपत त्याची माझी घसट नव्हती. मी त्याला चार हातांवरूनच ओळखत होतो. कधीतरी हेडऑफिसला आलाच तर

'कसं काय?'

'ठीक.'

'सध्या काम कुठे कुठे?'

'–एवढ्या प्रश्नोत्तरांपलीकडे आमची मजल गेली नाही ह्या प्रश्नोत्तरांनंतर तो एकदा

दिलखुलास हसायचा, खांदे उडवायचा, डोळ्यांच्या कोपऱ्यातून पाहात निघून जायचा. शेजारच्या वेलकरला मी मग म्हणायचा,

'हा जोशी कसा हसतो नाही?'

'कसा म्हणजे?'

'ते सांगता येत नाही, पण काहीतरी जिंकत असल्याच्या आनंदानं हसतो.' ह्यावर वेलकर अर्थपूर्ण हसला.

'तू आत्ता असाच हसलास. जोशीच्या हसण्याचा अर्थ समजल्याप्रमाणं!'

'कॉंट्रॅक्टरकडं असं हसायला शिकता येतं.'

मी नुसताच वेलकरकडं बघत राहिलो. तो पुढं म्हणाला,

'तुला–मला ते जमणार नाही. आपलं काम नव्हे ते. तेथे पाहिजे जातीचे! हात ओला झाला की असं हसता येतं. बदली करवून घे. जोशी तुला ते टेक्निक् समजावून देईल.'

'काही नको. काय करायचंय्.? देवाच्या दयेनं सध्या खूप आहे.'

'हीच भाषा तुम्हा–आम्हांला नडते.'

'अरे, तो पैसा काही पचत नाही, मिळाला तर!'

'ज्यांना मिळत नाही किंवा मिळवता येत नाही त्यांनी अशी स्वतःची गोड समजूत करून घेतली आहे. पचविण्याची ताकद आली की, सगळं पचतं. क्रिकेटचा चेंडू वापरून वापरूनच 'सीझन्ड' होतो.'

'तशी वेळ येणारच नाही कधी' मी ठामपणे म्हणालो.

'आयेगा– वो भी दिन आयेगा.'

...आणि वेलकरचं हे भाकित एवढ्या अल्पावधीत खरं ठरेल हे माझ्या स्वप्नीही नव्हतं. सबर्बनला माझी बदली झाली. एवढंच नव्हे तर जोशी ज्या ठिकाणी कामाला होता त्या कामावर माझी नेमणूक झाली होती. बदलीचा हुकूम हातात पडला. दिवसभर हुक्की आली रे आली की, वेलकर मला विचारायचा,

'आपल्याला हे टेक्निक् शिकवणार ना?'

अभावितपणे मी विचारायचा,

'कसलं रे?'

जोशीसारखं हसण्याचं टेक्निक्!' त्याच्या बोलण्यातली खोच लक्षात येऊन मी गप्प बसायचा.

का कोणास ठाऊक, पण जयसिंगबद्दल माझं मत चांगलं झालं नाही. मेसर्स मेहता ॲण्ड मेहता ह्या नावाजलेल्या फर्मला भांडूपच्या शाळेचं काम दिलं होतं. त्या फर्मतर्फे जयसिंग नावाचा माणूस काम बघत होता. गृहस्थ मोठा बेरक्या दिसला. त्याचं बोलणं, चालणं, घारीसारखं रोखून बघणं– काही काहीच आवडलं नाही

मला. भांडूपला कामाला जायला लागून चारपाच दिवस झाले होते. तेवढ्या अवधीत जोशीचा आणि माझा परिचय वाढला. पण त्याच्याकडे इतर चारपाच कामं असल्यामुळे बहुतेक वेळा मलाच जबाबदारी घेऊन कामं बघावी लागत. तरी जयसिंग माझं मत एकदम ग्राह्य मानत नव्हता. प्रत्येक वेळी त्याच्या नजरेत असा भाव दिसायचा, 'पाहू जोशीसाहेबांनी सांगितलं तर घेऊ मनावर.' माझी ही उपेक्षा मला सहन होणं शक्य नव्हतं. त्यासंबंधी उघडपणे तक्रार करून मी तसं सिद्धदेखील करू शकत नव्हतो. ह्या गोष्टीला तोंड फोडण्यासाठी तशीच काहीतरी गंभीर घटना घडेपर्यंत मला थांबणं भाग होतं.

माझ्या नशिबानं ती वेळ पण लवकरच आली. 'बिल ऑफ क्वान्टिटीज्' –मध्ये सगळ्या शाळेच्या मजल्यांना पाऊण इंच जाडीच्या फरश्या बसविण्याचं ठरलं होतं. पण प्रत्यक्ष कामावर लॉरी भरून आली त्यात सगळया फरश्या अर्ध्याच इंच जाडीच्या निघाल्या. जोशीला मी त्या बाबतीत विचारले तेव्हा तो म्हणाला, 'ह्या कॉन्ट्रॅक्टर्सकडं एका वेळी पुष्कळ कामं चाललेली असतात. चुकून दुसऱ्या कामावरच्या फरश्या इथे आल्या असतील. आपण त्या परत पाठवू.' ह्या खुलाशानं माझं समाधान झालं. पण तो खुलासा पोकळच ठरला. त्याच फरश्या बसवायला सुरुवात झाल्याचं मला दिसलं. जोशींचा पत्ता नव्हता. माझ्या अधिकारात मी काम बंद करण्याचा हुकूम दिला. 'जोशीसाहेबांना ही गोष्ट माहीत आहे, 'ह्या सबबीवर जयसिंग काम थांबवायला तयार होईना. चिडून मी रिपोर्ट लिहायला बसलो. माझा रिपोर्ट लिहून पुरा होतो न होतो तोच जोशी तिथं हजर झाला. त्याच्या पुढ्यात मी तो रिपोर्ट ठेवला. एकवार वाचून बघत त्यानं जयसिंगला काहीतरी खूण केली. 'चला कुलकर्णीसाहेब,' असं म्हणत माझा हात पकडून तो मला समोर असलेल्या हॉटेलात घेऊन गेला. पोऱ्याला चहाची ऑर्डर देऊन त्यानं मी दिलेल्या रिपोर्टचे तुकडे तुकडे करून टेबलाखाली भिरकावून दिले.

'असा रिपोर्ट करायचा नसतो.'

'का?' मी अधीरतेने विचारलं.

'आपल्या फायद्यासाठी!'

'मी नाही समजलो!'

'उगीच वेड पांघरू नकोस. बच्चा आहेस अजून. काही झालं तर मी जबाबदार...'

'पण...'

'पणबीण काही नाही. पाव इंच कमी जाड असली फरशी तर काही बिघडत नाही एवढं. एकदा काँक्रिटमध्ये बसवली म्हणजे वरून बघणाऱ्याला फरशी एक इंच जाडीची आहे, का अर्धाच इंच आहे, हे डोकं फोडलं तरी कळणार नाही.'

मी अडखळत म्हणालो,' खरं आहे, पण मनाला प्रशस्त वाटत नाही.

'वाटून घ्यायला पाहिजे. समजुती बदलायला हव्यात. जग निराळं होत चालल आहे. लाखो रुपयांच्या उलाढाली चालल्या आहेत जगात आणि आपण मात्र पाप-पुण्य, नीति-अनीती ह्या पोकळ शब्दात भरीवपणा शोधत बसलोत.'

'तरी बरं नाही वाटत!'

'हळूहळू वाटू लागेल.'

'पण सध्या आहे ते काय कमी आहे?'

'होय, नि:संशय. शुद्ध फसवणूक आहे मनाची. प्रामाणिकपणे कबूल कर की उलाढाल्या करणाऱ्या लोकांबद्दल हेवा वाटला नाही त्यांचा म्हणून! स्वत:चं मन नेहमी मारायचं, इच्छा दाबून टाकायच्या, बायकापोरांना संयमाचं महत्त्व रात्रंदिवस ऐकवायचं! कुढणाऱ्या मनाला नितीची पांघरूणं घालायची आणि म्हणायचं, 'देवानं खूप दिलंय्,' असला पैसा नको आपल्याला!'

ह्या गोष्टीवर जोशीनं एवढा विचार केलाय हे बघून मी त्याच्याकडे पाहतच राहिलो.

'बघतोस काय? परवाच कुणीसं म्हटलं, एकानं खाल्लं तर शेण आणि सगळ्यांनी मिळून खाल्लं तर श्रावणी. त्यातलाच प्रकार समज! फार नाही, फक्त शंभर-शंभर येतील वाटणीला. 'लई नाही लई नाही मागणं!'

-शंभर, फक्त शंभर! किती सहज बोलत होता तो. चहाच्या वाफेकडे मी पाहात राहिलो.

हीरीरीनं पुढे तो म्हणाला,

'पूर्वीच्या काळी शंकर-पार्वती विमानातून फिरायची. अरण्यात एखादा ब्राह्मण रडत बसलेला असायचा. पार्वतीचा जीव व्याकुळ व्हायचा. विमान खाली उतरायचं आणि शंकर-पार्वतीच्या कृपेनं ब्राह्मणाला त्याच झाडाखाली हंडा सापडायचा. ह्या गोष्टी विसरा. शंकर-पार्वती विमानातून हिंडायची नाहीत आता. भोवतालच्या जगातनं आपण त्यांना शोधून काढायचं आता. जग बदलत आहे. आणि तू आहेस तिथंच राहिला आहेस.'

माझा चेहरा पाहून तो पुन्हा म्हणाला,

'प्रथम जाईल जड. मलाही गेलं. अगदी पहिल्यांदा मी असाच बावरलो होतो. बायको बाळंतीण होती. मुलगा तीन महिन्यांचा झाला होता. त्याला मुंबईतली ऑक्टोबर हीट सहन होईना. सीलिंग फॅन घेण्याची माझी ऐपत नव्हती. शेवटी धाडस केलं. पिंट रोडला कामाला होतो. अगदी ह्याच तऱ्हेच्या कामात दोनशे रूपये मिळाले. उषा कंपनीचा एकशे नव्वद रूपयांचा फॅन घेतला. तुला खोटं वाटेल, पण त्या फॅनखाली झोपायला मन धजेचना. बायकोला व मुलालाही झोपवायचा धीर होईना. वाटायचं, मारलेल्या पैशांचा फॅन झोप लागल्यावर रात्री टाळक्यात तर नाहीना पडणार? पण हळूहळू 'तसल्याही' हवेची सवय झाली.'

‘अजून मन धजत नाही.’

‘ठीक आहे. मग उगीच माझ्या हसण्याचा अर्थ शोधायचा प्रयत्न करू नकोस.’

मी चपापलो. खरोखरच जोशी फार ‘तयार’ होतो. अर्धा इंच जाडीच्याच फरश्या बसवल्या गेल्या. कुणी बघत नाही असं पाहून जयसिंग गडबडीनं माझ्या हातात शंभराची नोट कोंबून चटकन् आपण त्या गावचे नाही असा चेहरा करून कामाला लागला. पहिल्यांदाच मद्याचा ग्लास तोंडाला लावणाऱ्या अपराध्याप्रमाणं मी नोट खिशात कोंबली. माझी अवस्था पाहून जोशी निगरगट्टाप्रमाणं शीळ वाजवू लागला. व्यवहार संपला होता. माझी पावलंच काय, सारं शरीर ताठरत होतं. मन बधिर झालं होतं कामावरचे सगळे लोक माझ्याचकडे बघत आहेत असं वाटत होतं. खिशाकडे हात वारंवार जात होता. कोट पारदर्शक होऊन आतली नोट कुणाला दिसत नाही ना? खिशाला भोक तर नसेल ना? नोट बनावट असली तर? – आणि नंतर जो विचार मनात आला तो तर फार भयंकर होता. नोटेवर कसली तरी सांकेतिक खूण तर नसेल ना?

काहीच सुचेना.

अवघ्या शंभर रुपयांना मी माझं मन:स्वास्थ्य विकलं होतं. सात्त्विक आनंद गमावला होता. अवघ्या शंभर रुपयांना! शंभर!

माझ्या खांद्यावर प्रेमानं थोपटीत जोशी म्हणाला, ‘तू फार बिथरला आहेस. पाहिजे तर घरी जा आत्ता. जरा शांत हो!’

पडत्या फळाची आज्ञा घेऊन मी लोकल गाठली. गाडी सुटली आणि शेजारी दोघंजणं येऊन बसले. एकाच्या हातात ‘सायं मराठा’ चा अंक होता. जाड टाइपात बातमी छापली होती, ‘फक्त पन्नास रुपयांची लाच घेतल्याबद्दल नोकरीवर गंडांतर!’

‘लाखांच्या उलाढाली करणारे सुटतात. आणि असे एखादे पोटार्थी अडकतात!’

‘पण कसा सापडला रे?’

‘अंधेरीला हॉटेलात व्यवहार झाला, तिथपासून घरापर्यंत इन्स्पेक्टरनं त्याचा पाठलाग केला. घरात पाय पडताच पकडलं. खिशात हात घालतो तो दहाच्या पाच नोटा, एकजात खुणा केलेल्या!’

‘अशा माणसांना उघडे करून फटके मारावेत भर चौकात! काय हो, तुमचं काय मत आहे?’ अचानकपणे त्यांनी मलाच विचारलं. खिशावर हात ठेवीत मी चाचरलो, ‘हो…हो…मारावेत ना!’

माटुंगा आलं. मला दादरला उतरायचं होतं. गाडी हालली आणि धावती गाडी पकडून एक इन्स्पेक्टर माझ्याच शेजारी येऊन उभा रहिला. माझ्या तोंडाला कोरड पडली. पायातलं बळ नाहीसं झालं. दादरला गाडी थांबायच्या आतच मी उडी

मारली आणि गर्दीत मिसळून दिसेनासा झालो.

तीनही जिने मी एका दमात चढलो. धापा टाकीत घरात घुसलो आणि ताबडतोब दार लावून टाकलं. माझी अवस्था भयानक झाली होती. बायकोनं विचारलं, 'लवकर कसे आलात? प्रकृती ठीक नाही?'

'होय. मी फार थकलोय. हातपाय धुऊन मला शांत पडू दे.' एवढं बोलतो न बोलतो तोच दारावर धक्के बसले. बायकोनं कोण विचारताच बाहेरून उत्तर आलं, 'मी, पोलिस इन्स्पेक्टर. कुळकर्णी आहेत का?' माझं भविष्य स्पष्ट होतं. एकाएकी मला धीर आला. मी म्हणालो, 'त्यांना बसायला सांग. मी आलोच तोंड धुऊन!' बायकोच्या चेहऱ्याकडे न बघताच मी मोरीत जाऊन दार लावून टाकलं. गार पाण्याचा हबका तोंडावर मारताच मेंदू चालू लागला, 'मी लाच घेतली आहे. होय, घेतली लाच. पण त्याला पुरावा? ती शंभरची नोट. बस, तीच नाहीशी करावी, की सुटलो. नोट कायमची नाहीशी करण्याचा, सबंध घर पालथं केलं तरी न मिळण्याचा एकच मार्ग होता. मोरीच्या तोंडावरचं झाकण काढून मी नोट आत टाकली आणि वर बादलीभर पाणी ओतून नोट नाहीशी झाल्याची खात्री केली. निष्कलंक झाल्यानं मी छाती फुगवून बाहेर आलो. गाडीत भेटलेलाच इन्स्पेक्टर आला होता घरी.

'काय राव, भारीच भरभर चालता तुम्ही!'

मी हसत हसत म्हणालो, 'मी नेहमीच तसा चालतो. काय काम निघालं आमच्याकडं?'

'विशेष काही नाही. परवा एक ॲक्सिडेंट झाला टिळक पुलावर, त्याची तक्रार तुम्हीच नोंदवली का?'

'नॉन्सेन्स. ते कुलकर्णी निराळे. वरच्याच मजल्यावर राहतात!'

'माफ करा हं. तसदी दिली तुम्हाला!' एवढं म्हणत सलाम ठोकून तो निघून गेला...

–माझी नजर मोरीकडे वळली.

✧

दोस्त

लोकांना एकंदरीत आपली फार काळजी! लोक आपली एवढी काळजी करतात– तीही न सांगता की, आपण आपली काळजी केली नाही तरी चालेल. नितीन साडेतीन चार वर्षांचा झाला आणि लोक माझी–माझ्या कुटुंबियांची सगळ्यांची काळजी करू लागले! एखाद्या रविवारी वसुधेला आणि नितीनला घेऊन फिरायला निघालो की वाटेत भेटणाऱ्या व्यक्तीचा नितीनकडे पाहून पहिला प्रश्न 'ह्याच्या पाठीवर काही?'

–वास्तविक नितीनच्या पाठीवर साडेतीन–चार वर्षांच्या अंतरानेच काही दिसलं असतं तर ह्याच वात्रट लोकांना लगेच ती घाई वाटून रस्त्यावरही मोठ्या आवाजात त्यांनी सांगितलं असतं,

–'आता मात्र जपा हं!'

खरोखर वाटू लागतं– मिळणाऱ्या पैशात कसं भागवावं–खर्च कोणते कमी करावेत– मुलं किती अंतराने किती व्हायला हवीत– हे सगळे प्रश्न लोकांवर सोपवून आपण तत्क्षणी सुखी व्हावं!

संततीच्या बाबतीत असं ठरवता आलं असतं तर काय हवं होतं म्हणा?– म्हणूनच एके दिवशी वसुधा– ''मला गरगरतंय'' असं म्हणू लागली तेव्हा मी दणकलो. चेष्टेने मी म्हणालो,

'मलाही गरगरतंय.'

'हो, तुमच्या वाट्याला ह्या गोष्टी आल्या असत्या तर काय हवं होतं? आम्ही बायका सोशीक! आम्हीच ते सहन करू जाणे.'

'तुम्हाला त्रास, वेदना फक्त नऊच महिने. पुरूषाला मात्र पुढे जन्मभर कळा येतात, वाढलेला व्याप सांभाळताना! डिंकाचे लाडू फक्त बायकांनाच!'

वसुधा तोंडाला पदर लावीत म्हणाली,

‘तुमच्या तोंडाला लागण्याची सोय नाही आणि वेळही नाही.’

‘तरी बरं... माझं वाक्य पुरतं ऐकायच्या आतच ‘‘इश्श!’’ म्हणत वसुधा आत पळाली आणि तिचं गरगरण्याचं कारण काही तरी निराळं असेल अशी मी माझी समजूत घालून घ्यायला लागलो. पण अशा समजुतीने निर्माण झालेल्या परिस्थितीत बदल होणार नव्हता. आणखी एका जीवाची लागलेली चाहूल हा निव्वळ भास नव्हता!

एका रविवारी फिरायला जाताना वसुधा पटकन म्हणाली, ‘नितीन, आता कडेवर बसायचं नाही हं. रस्त्याने नीट चालायचं. हट्ट करायचा नाही.’

नितीन म्हणाला, ‘ऊं ऽऽ आमचे पाय दुखतात.’

‘बच्चमजी, आता पाय दुखून चालणार नाही. कडेवर बसण्याचा तुमचा अधिकार आता संपला.’

–नितीनला ह्यांतला अर्थ समजणं शक्य नव्हतं. पण ‘तुमचा अधिकार संपला’ हे वाक्य मला समजलं. सहज आलेल्या त्या बोलण्यात फार अर्थ होता. मला ते वाक्य लागलं! पटकन् डोक्यात विचार आला – ह्या अज्ञात अर्भकाच्या हक्कावर आपल्याकडून अतिक्रमण घडलं आहे!

आपण नितीनपासून काही तरी हिरावून घेत आहोत.

हा विचार डोक्यातून हुसकला तरी जाईना. मी बेचैन झालो. नितीन माझ्यापासून फार दूर जातो आहे असं मला वाटू लागलं. मी मग आणखीन कावराबावरा झालो. वाटलं, ‘मला कडेवर घे’ असं नितीन आणखीन किती दिवस म्हणणार आहे? कडेवर बसण्याचे क्षण नितीनच्या आयुष्यातून हळूहळू जात आहेत, तसंच पहिल्या मुलाला कडेवर घेऊन हिंडण्याचा आनंद माझ्याही जीवनातून चालला आहे. मुलाचा एवढा निकट स्पर्श आत्ताच आपल्याला घडतो आहे. ही स्पर्शतीव्रता. भावनावेग– निकटता पुढच्या आयुष्यात कधीही नाही. नितीन आपल्या पायांवर मग उभा राहणार आहे. त्याची क्षितिजे मोठी होणार आहेत. चालायला लागल्यावर इतका चालेल–एवढ्या दूरवर जाईल की, पाठलाग करायला आपल्यात बळ राहणार नाही. हात उंचावून बोबड्या शब्दांत ‘मला घे’ म्हणणारा नितीन पुढच्या सबंध जीवनात एवढा जवळ येणार नाही...

...माझे विचार मलाच पेलवेनात. मी पटकन खाली वाकलो. नितीनला कडेवर घेतलं. माझ्याकडे साश्चर्य पाहात वसुधा म्हणाली,

‘आश्चर्य आहे. कडक इस्त्रीचे कपडे आणि पँटला बुटाचे डाग पडतील ना?’

‘पडू देत.’ मी बेफिकीरपणे म्हणालो,

चार पावले चालून गेल्यावर नितीनने नेहमीप्रमाणे शिट्टीची मागणी केली. मी शिट्टी घेऊन दिली. वसुधाने शिट्टी घेताना त्याला चापलं,

‘रस्त्यात वाजवायची नाही. घरी जाईपर्यंत खिशात ठेवायची.’ थोड्या वेळाने ह्या अटीचा विसर पडून नितीनने शिट्टी हातात घेतली. वसुधा लगेच मला म्हणाली, ‘तुम्ही सांगा हो त्याला तुमचं ऐकतो तो. रस्त्यात शिट्टी वाजवेल. लोक पाहात राहतील. मला ते आवडायचं नाही.’

‘असू दे ग. रस्त्यात शिट्टी त्याने वाजवायची नाहीतर कुणी मी वाजवायची का?’ माझा पवित्रा पाहून वसुधा चमकली. तिला माझे मनोव्यापार समजणं शक्य नव्हतं. मी समजावून सांगण्याचा प्रयत्न केला असता तर कदाचित् तिला ते विक्षिप्तपणाचं वाटलं असतं. आपल्या विचारांची–भावनांची तीव्रता आपल्यालाच! ते मग पुष्कळदा खरे असोत, भ्रामक असोत, फसवे असोत अगर दिशाभूल करणारे असोत. काही काळ त्या भावना ते विचार आपल्यावर हुकमत गाजवून जातात हेच खरं! म्हणूनच त्यातली उत्कटता फक्त ज्याची त्यालाच जाणवते. तशा अर्थाने माणूस हा सतत एकटाच असतो! आत्ताच पाहा ना, आम्ही टापटीप कपडे केले आहेत. फिरायला चाललो आहोत. मुलगा समजण्याच्या वयात आला आहे. लोकांच्या दृष्टीने एक सुटसुटीत, प्रेमळ जोडपं फिरायला जात आहे. पण माझ्या मनात चाललेल्या उलटसुलट विचारांमुळे मी एकटा आहे आणि एकटा नाही तर काय? आपण नितीनवर अन्याय करीत आहोत, हा माझा विचार वसुधेला काय– पण कुठल्या आईला पटला असता? मातृत्वाच्या दृष्टिकोणातून – जेवढ्या खस्ता पहिल्या अपत्याच्या वेळी तेवढ्याच दुसऱ्याही! त्याच यातना–तोच सोहळा! तसंच नंतरचा आवेगही तोच. अनुभूतीही तीच. पुरूषांना त्यातलं काय कळतंय असं म्हणून त्या आम्हांला मूर्खांत काढणार. ह्यात बायकांची चूक नाही. त्यांच्या वाट्याला प्रचंड यातना येतात ह्यात वाद नाही. पण पाठोपाठची अपत्यस्नेहाची अनुभूती पण तेवढीच प्रचंड! आम्ही पुरुष फक्त यातनांतून सुटले आहोत असं नाही, तर नंतरच भाग्यही आमच्या वाट्याला नाही. माझे विचार ऐकून वसुधाने मला वेड्यात काढलं असतं तर तिची चूक ठरली नसती. पण काय करणार? आपण नितीनवर दुसऱ्या अपत्याकरवी अन्याय घडवीत आहोत ह्या विचारापासून मला परावृत्त होता येतच नव्हतं! नितीनच्या दैनंदिन हक्कावर आपण गदा आणवीत आहोत ही अपराध्याची भावना मला जळवेसारखी चिकटून राहिली.

त्या दिवशी नितीनचं सगळं फिरणं माझ्या कडेवरूनच झालं. तोही उतरवा म्हणाला नाही, मीही उतरवलं नाही. ‘‘हात अवघडला नाही का?’’ असं वसुधा अधूनमधून विचारीत होती. मी मनात म्हणत होतो हे हात अवधडून घेणं उभ्या आयुष्यात एकदाच!

त्यानंतर नितीन माझा एकदम दोस्त बनला. मी त्याला खूपदा दोस्त म्हणूनच हाक मारू लागलो. त्याच्याही ते परिचयाचं झालं. मी त्याला मग कौतुकानं विचारायचं,

'तू माझा कोण आहेस?' दातांच्या मध्ये जीभ आणत तो म्हणायचा ''दोत्त''
पूर्वी तो जेवढा माझ्याजवळ आला नव्हता तेवढा आता आला. रात्री झोपताना त्याला कुणी ना कुणी तरी जवळ हवं असायचं. गळ्यात हातांची घट्ट मिठी मारून किंवा अंगावर वेडावाकडा पाय टाकून झोपायची त्याला संवय. मला दोन्ही गोष्टी सहन व्हायच्या नाहीत. मी कातवायचा. तो मग वसुधेला चिकटायचा. वसुधा आणि तो मग शांत झोपायचे. पुष्कळदा मग मी चक्क जागा राहायचा. एकमेकांच्या गळ्यात गळा घालून झोपलेल्या वसुधा–नितीनचा मला हेवा वाटायचा. मी तिला एकदा म्हणालोही,
'आम्हा पुरुषांची दु:खं आम्हांलाच माहीत! पुरुष हा नेहमी एकटा पडतो. लग्न झालं म्हणजे त्याला आई दुरावते आणि पहिलं मूल झालं की बायकोही दुरावते.
'इश्श, तुम्ही त्याला घेऊन झोपत जा. तुम्हालाच आवडत नाही तो चिकटलेला.'
–पण आता तिलाच ह्यातलं काही सहन होईनासं झालं होतं. एका रात्री त्याला दूर लोटीत ती म्हणाली,
'लांब झोप. गळ्यातला हात काढ. मला त्रास होतोय.'
नितीन बाजूला झाला. पण जरा वेळाने विसरून त्याने सवयीप्रमाणे वसुधेच्या पोटावर पाय टाकला. वसुधेला तो सहन झाला नसावा. ती ओरडली, 'किती त्रास देतोस रे! छळवाद आहे नुसता! दिवसभर थकलेय. जरा डोळा लागतोय तो आला त्रास द्यायला. बाजूला हो.'
खोलीत दिवा नव्हता. पण कल्पनेने नितीनचा कावराबावरा झालेला चेहरा मला दिसू शकला.
–अपराधाची जाणीव पुन्हा डंख मारून गेली– सकाळी माझ्या आधी उठलेल्या वसुधेला मी आणि नितीन एकमेकांच्या कुशीत झोपलेलो पहायला मिळालं. अशी संवय मला नव्हती. मध्येच नितीन गळ्याला मिठी मारायचा किंवा कल्पना नसताना एकदम पोटावर थाडाड्कन पाय टाकायचा. अनेकदा झोपमोड होऊन बहुतेक जागरण झालं. पण सकाळी चुरचुरणाऱ्या डोळ्यांबरोबरच रात्रीचा; नितीनच्या सुखद हातांचा विळखाही आठवत होता.
त्या एका रात्रीने नितीन माझा जीवश्चकंठश्च स्नेही बनला. आता सतत तो माझ्याभोवती आणि मी त्याच्याभोवती घोटाळत राहिलो. सकाळी तोंड धुण्याच्या कार्यक्रमापासून तो रात्री झोपेपर्यंत तो सगळ्या गोष्टी माझ्याकडून करून घेऊ लागला.
एकदा जेवताना तो ''भरव'' म्हणून हटून बसला.
'घ्या, चिरंजिवांना भरवा आता! बापलेकांचं प्रेम उतू जात आहे दिवसेंदिवस. स्वारी लहान होत चालली आहे.'

मी न बोलता त्याचा भात कालवू लागलो.
'अहो, तुम्हांला झालंय काय हल्ली? तो खुशाल नवीन नवीन गोष्टी करू पाहतोय, आणि तुम्हीही कधी नव्हत ऐकत सुटला आहात! तुम्ही ऑफिसला गेलात की नंतर मला छळत बसतो. बिलकूल ऐकत नाही आजकाल. तुमचा धाक होता तोही सुटत चाललाय.'
'जाऊ दे ग! असं काय विशेष करायला सांगतोय थोडाच!'
'असं म्हणता म्हणताच तो लाडावत चालला आहे. मला हल्ली मुळीच ऊठ–बस होत नाही. हातपाय भरून येतात. पाठ तर सतत दुखत असते!'
–वसुधेच्या अडचणी निःसंशय विचारार्ह होत्या. वसुधा तक्रारी सांगत होती. माझ्यावर काय प्रतिक्रिया होते आहे हे नितीन बावरून पाहू लागला. त्याच्या केविलवाण्या चेहऱ्याकडे पाहून पुनः मला भरून आलं. वसुधेने लाड करायचे आणि मी दम द्यायचा हा आजवरचा परिपाठ! आता भूमिका बदलल्या होत्या. वसुधेला वेध दुसऱ्या अपत्याचे लागले होते. नुसत्याच नितीनला ती दुरावत नव्हती– तर थोडीफार माझ्यापासूनही लांब जात होती. तिच्यामाझ्यातसुद्धा अंतर निर्माण होत होतं. म्हणजे थोड्याफार प्रमाणांत मी आणि नितीन समदुःखी होतो. का कुणास ठाऊक वसुधेची तक्रार रास्त असूनही माझ्या तोंडून तिच्या परिस्थितीबद्दल सहानुभूती दडविता येईना! वाटू लागलं– आता वसुधा आणि नूतन अपत्य एका बाजूला –नितीन व मी एका बाजूला! एक तऱ्हेची आम्हा दोघांविरुद्ध आघाडी उभारली जाणार आहे आणि आपल्याला आता स्वतःच किंबहुना त्याहीपेक्षा नितीनचं संरक्षण करायचं आहे. नितीनला मग भरवता भरवता मी म्हणालो,
'नितीन, आईला त्रास द्यायचा नाही हं कधी. तुला काय हवं नको ते तू मला सांगायचंस इथून पुढे.' मामला गंभीर आहे एवढं चिरंजिवांनी ओळखलं होतं. एखाद्या समंजसाप्रमाणे त्या एवढ्याशा जिवाने ''हूं''कार दिला.
एका रविवारी दुपारी वसुधा कपड्यांची ट्रंक उघडून बसली. आता सबंध दुपार त्या ट्रंकेत जाणार हे मी ओळखलंच. गारुड्याच्या पोतडीतून जशा चित्रविचित्र वस्तु निघतात तशा वसुधेच्या ट्रंकेतून एकेक वस्तु अवतार घेऊ लागल्या. मागच्या भल्याबुऱ्या आठवणींसकट!
नितीन मोठा झाल्याने लहान होणारी झबली – कपडे – प्रथम बाहेर पडले. नितीनच्या बुशकोटासाठी म्हणून आणवलेलं कापडही त्यात पडलं होतं. सापडत नाहीतच्या सबबीखाली गायब झालेल्या अनेक वस्तू अशा वेळी बायकांच्या राखीव ट्रंकांतून बाहेर पडतात. नितीनने ते कापड पाहता क्षणी ओळखलं. झडप घालून त्याने ते बाहेर उचलून घेतलं. मला ह्याचा शर्ट शिवायचा म्हणून तो नाचू लागला.

''चल, खराब करू नको. नवीन बाळाला त्याची झबली शिवायची आता!''

नितीन हिरमुसला झाला. नकळत माझ्याजवळ आला.

'अरे दोस्ता, असं रडतोस काय? आपण नवीन कापड आणू. अगदी याच्यापेक्षा चांगलं!'

'हं, आता अशी उधळपट्टी चालायची नाही.' वसुधा पटकन म्हणाली.

'अजून चार-पाच महिने अवकाश आहे. आतापासून किती विचार करणार आहेस?'

वसुधा काहीशी वरमली. पण तिला गप्पही बसवेना. तिने उलट विचारलं,

''विचार करून नको का ठेवायला? असंख्य विचार येतात मनात. इतके दिवस बसलेली घडी आता विसकटणार आहे. आर्थिक बाबीपासून प्रत्येक बाबीपर्यंत! आता अशी उधळपट्टी नाहीच करता येणार. नितीनला कुठे तरी शाळेत अडकवायला हवा. नुसतं बाळंतपण झालं की भागलं असं राहिलेल नाही. दुसरं मूल नीट बसा-उठायला लागेपर्यंत-सगळ्याचा विचार आतापासूनच करायला हवा. तुम्हांला काय?''

वसुधेच्या अडचणी रास्त होत्या. अवास्तव नव्हत्या. ह्या सगळ्या अडचणींवर उपाययोजना जरी तातडीने सुचली नाही तरी विचार करून ठेवायला हवाच होता.

-मला अडचणी पटत होत्या, पण सूर पटत नव्हता!!-

'तुम्हाला काय?'- ह्या शेवटच्या प्रश्नाने तिने मला ह्या बाबतीत दूर ठेवलं होतं. जणू ह्या सर्व अडचणी तिच्या वैयक्तिक होत्या. मी त्यांचा विचार तिच्याबरोबर करणारच नव्हतो. एका अपत्याच्या आगमनाने फक्त तिच्याच संसाराची बैठक बिघडणार होती. माझ्या जीवनात जणू क्रांती होणारच नव्हती. प्रत्यक्ष बाळंतपणाच्या यातना माझ्या वाट्याला नव्हत्याच नव्हत्या. पण यातना काय तेवढ्याच असतात? संसारातल्या अडचणींनी काय एकच व्यक्ती होरपळून निघते? पण सरसकट सगळ्या बायकांनी पुरुष-बाळंतपण ह्या गोष्टीकडे फार तटस्थाप्रमाणे पाहतो अशी सोयीस्कर समजूत करून घेतली आहे. वसुधाच त्याला अपवाद कशी ठरावी?

मलाही ती दुरावत होती हेच खरं?

बायको एक वेळ शरीराने दूर झाली तरी चालेल, पण मनाने, विचारांनी दूर झाली तर फार वाईट. पहिल्या बाबतीतला दुरावा-हा काही काळच अस्वस्थ करणारा असतो, पण दुसऱ्या बाबतीतली निर्माण होणारी भिंत-त्याच्यावर डोकं आपटलं तरी सहजी फुटत नाही. आम्हा पुरुषांचं निम्मअधिक बळ अशा भिंती पाडण्यात खर्च होतं. आणि बायकांकडून कित्येकदा-शरीरसुखासाठीच ही लाडीगोडी चालली आहे असा सरसकट अर्थ घेतला जातो! स्त्री शरीराने दूर झाली म्हणजेच फक्त पुरुष

वैतागतो, ही त्यांची अशीच एक गोड समजूत आहे. त्याला कारणही तसंच आहे. शरीरसुखासाठी स्त्री राबवली जाते. पुरुष फायदा घेतात, ही किंवा अशा तऱ्हेची शिकवण परंपरेने स्त्रीवर्ग घोकत आला आहे.

आता आणखीन एक मूल होणार होतं– अंतर वाढणार होतं. छे, मला आणि नितीनला सावधच रहायला हवं!!

नंतरच्या दिवसातल्या गोष्टी काही मनासारख्या आणि काही मनाविरुद्ध घडल्या. वसुधेला आठवा महिना लागल्यावर तिला घरातलं खरोखरच काही होईना; आणि उरकावं अशी अपेक्षा पण नव्हती. आईच्या वाटेला जायचं नाही एवढं आता नितीन ओळखू–समजू शकत होता. तिच्यापासून तो शक्यतो लांब रहायचा. मधूनमधून वसुधेलाच त्याला जवळ घेण्याचा मोह व्हायचा, पण त्याच वेळी नितीनला जर आवेग आला आणि मस्ती करायची हुक्की आली तर तिला तो पेलत नसे. मग तिला लांबूनच प्रेम करावं लागे आणि दंगामस्तीची हौस नितीनला माझ्यावरच भागवून घ्यावी लागे.

दिलेल्या तारखेच्या आधीच दोन दिवस वसुधेला त्रास होऊ लागला. आई गावाहून आधी राहायला आली होती म्हणून बरं झालं. एके दिवशी मी ऑफिसातून परतायच्या आतच तिला प्रसूतिगृहात पोचवावं लागलं. मी तिला भेटायला गेलो. मला पाहताच तिचे डोळे भरून आले. वेडगळासारखा तिने मला प्रश्न विचारला,

'मी सुखरूप सुटेन का हो?'

'न सुटायला काय झालं? वेडी तर नाहीस? सगळं कसं ठीक होईल.'

–काही काळ चमत्कारिक शांततेत गेला!

'नितीनला संभाळा हं!' पुन: वसुधा म्हणाली.

'हो.' उत्तर द्यायचं म्हणून मी दिलं.

पुन; शांतता!

चमत्कारिक क्षण – चमत्कारिक शांतता. नदीच्या दोन काठांवर दोन व्यक्तींनी उभं राहावं. काय बोलावं हे कळू नये आणि बोलावसं वाटलंच तरी पलीकडे आवाज पोचू नये– अशी काही तरी परिस्थिती!

वसुधेला पुन: पुन: धीर देऊन मी तिचा निरोप घेतला.

सकाळी आईने उठवल्यावरच मला जाग आली.

'आपल्याला वसुधेला पाहायला जायचंय. नितीनला भाऊ झाला!' माझी झोप साफ उडाली. गाढ झोप मला लागावी कशी ह्याची मला चुटपूट लागली. नितीनच्यावेळेला मी रात्रभर दवाखान्याच्या व्हरांड्यात फेऱ्या घालीत बसलो होतो. ह्या वेळेला मात्र मी तिच्यापासून लांब होतो. नितीनला कुशीत घेऊन झोपलो होतो.

'केव्हा समजलं?'

'सुशीलाबाई नर्सने शेजारच्या गोखल्यांना सकाळी फोन करून कळवलं अर्ध्या तासापूर्वी!'

–मी मग गडबडीने उठलो. वास्तविक नूतन अपत्य पाहायला मी तेवढासा उत्सुक नव्हतो. गेल्या सात–आठ महिन्यात झालेल्या बारीकसारीक गोष्टी आठवून गेल्या. नितीन, दुसरं बाळंतपण वगैरेसारख्या विषयांवरून आम्हा उभयतांत झालेली कडवट संभाषणं – का कुणास ठाऊक – सगळं सगळं आठवून गेलं! नितीन व्हायच्या वेळची – त्या आधीची आमची मन:स्थिती आणि दुसऱ्या अपत्याच्या वेळची मन:स्थिती ह्यांत खूप अंतर होतं. तोंडावर गार पाण्याचे हबके मारता मारता मनात विचार आला, 'ह्या नवीन मुलावर मी नितीनएवढं प्रेम करू शकेन का?' आणि करू शकलो तर नितीनकडे माझं दुर्लक्ष होईल का? नितीनकडे जास्त ओढा राहिला तर वसुधेला काय वाटेल? दोनही मुलांच्यावर एकदम प्रेम करता येतं का– ? नूतन अपत्याच्या मनोहर चाळ्यांनी मी जर तिकडे ओढला गेलो तर नितीन – भाबडं पोर – भांबावून जाईल! छे छे, असं होता कामा नये. पाहूच या काय होत ते! आधी माझ्या लाडकीला – वसुधेला भेटू दे. यमयातना सोसल्या तिने. माझ्या वाटेकडे डोळे लावून बसली असेल. माझ्या स्निग्ध स्पर्शासाठी आसुसली असेल. नव्या पाहुण्याचा विचार आत्ता कशाला?

मुद्दाम उठवल्यामुळे नितीन नाखूष होता. पण नवीन बाळ पाहायचं ह्या आकर्षणामुळे तो रडत नव्हता इतकंच! त्याला उचलून घेत मी म्हणालो, ''चला, दोस्त, चला लवकर!''

टॅक्सीत मोकळी जागा असूनही मी नितीनला मांडीवर घेतलं. आई नितीनला म्हणाली,

'बसून घे मांडीवर. आता तो दुसरा पुंड तुला काही दिवसांनी मांडीवर बसू देणार नाही.'

नितीनला मी उगीचच जास्त वेळ घेतलं. त्याला विचारलं,

'तू माझा कोण?'

'दोत्त!'

वसुधा थकली होती. श्रमामुळे तिला ग्लानी आली होती. मी तिला उठवणार नव्हतो. पण नितीनच्या आवाजाने ती आपोआप जागी झाली. मी तिच्याजवळ गेलो. आई समजून बाहेरच थांबली. वसुधेच्या डोक्यावरून हात फिरवीत, तोंड कुरवाळीत मी विचारलं,

'थकलीस ना?'

वसुधेला रडायला आलं. त्या रडण्यात अनेक अर्थ होते. त्या रडण्याला समजूत घालण्याची आवश्यकता नव्हती, अपेक्षा नव्हती. त्या रडण्याला फक्त वाहणाऱ्या

अश्रूंचं सौख्य हवं होतं. माझा हात हातात घेऊन ती पडून राहिली.

स्टूल पाळण्यापाशी ओढून, त्याच्यावर चढून नितीन बाळ पाहण्याची धडपड करीत होता. वरची मच्छरदाणी दूर करून त्याने डोकावून पाहिलं आणि आनंदाने टाळ्या पिटल्या.

मला मात्र अजून बाळ पाहावसं वाटत नव्हतं. त्या नवीन जिवाला पाहिल्यावर माझ्या मनात कोणत्या भावना निर्माण होणार आहेत हे मला ठरवता येत नव्हतं. अजून वाटत होतं की, वात्सल्याचा वर्षाव करण्यासाठी, अपत्यप्रेमाच्या लालसेसाठी एकटा नितीन–एकच वात्सल्यबिंदू पुरे झाला!

लगेच वाटून गेलं पण आपल्या बावचळलेल्या मन:स्थितीला तो दुसरा निष्पाप जीव कुठे जबाबदार आहे? नितीनवर अन्याय होईल ह्या भीतीने आपण तितक्याच दुसऱ्या निष्पाप अपत्यावर अन्याय करीत आहोत.

काहीच सुचेना. गोंधळून गेलो. वसुधेला माझ्या मनातल्या प्रक्षोभाची कल्पना नव्हती. तेव्हा ती मला सावरेल ही आशा व्यर्थ होती. कोणी तरी सावरायला हवं मला. कुणीही... कुणीही चालेल... सावरायला हवंय मला! ... कुणी तरी...

आणि तेवढ्यात तेवढ्यात नितीन ओरडला,

'बाबा, इकडे या ना! तिकडे काय कलताय? बगा, बगा, आपला नवा–नवा, छोता–छोता–दोत्त! आता तीन तीन दोत्त. वन्–तू–थ्ली!'

दोस्ताने मला सावरलं आणि मनातले सगळे विकल्प कुठल्या कुठे पळाले. वसुधेचा हात मी सोडला आणि नवीन दोत्ताला पाहायला पाळण्याकडे धाव घेतली!

✧

चतुर्भुज

वपु काळे

‘दोनाचे चार हात’ झाले, की
सगळ्या चिंता मिटल्या...
हा एक समज,
पण आयुष्याचे खरे सूर तर
इथूनच झिरपू लागतात.
रोजच्या जगण्यातली
मोठी-मोठी स्थित्यंतरं...
भावनिक, मानसिक आंदोलनं...
आणि सुखाची आवर्तनं...
हे सगळं गुंफून राहतं
केवळ ‘लग्न’ या शब्दाभोवती!
‘चतुर्भुज’ कथेतला चिंतातूर वर,
‘चुडा’ मधील वधुपक्षाची केविलवाणी दैना,
‘अंतर’ मधल्या दोन मैत्रिणींची
लग्नामुळे पालटलेली आयुष्यं आणि
‘बलिदान’ मधील नियतीच्या फेऱ्यात
अडकलेली बायको...
आपल्याच आजूबाजूची ही पात्रं
खास ‘वपु’ शैलीतून अवतरलेली...
त्यांच्या बहारदार लेखणीतून
बहरलेली...